*Theo ta chữ nghĩa lên trời lãng du*

SỸ LIÊM

# Theo ta
# chữ nghĩa lên trời lãng du

Nhân Ảnh
2018

**Theo ta chữ nghĩa lên trời lãng du**
Thơ **Sỹ Liêm**
Bìa: **Khánh Trường**
Trình bày: **Nguyễn Thành & Nguyễn Vỹ**
Kỹ thuật: **Tạ Quốc Quang**
**Nhân Ảnh** Xuất Bản **2018**
ISBN: **978-1989924099**
Copyright © 2018 by Sy Liem

# CHIA TAY VÀ TRỞ VỀ LỤC BÁT QUA THƠ SỸ LIÊM

**Du Tử Lê**

Thừa hưởng hạt giống di truyền văn chương của một người cha tên Sĩ Trung, một người ông tên Ngọc Linh và, tương quan huyết thống với Nguyễn Thị Thụy Vũ (cả ba nhà văn này, là những tên tuổi chói sáng góc trời văn chương miền Nam, 20 năm (1954-1975), Sỹ Liêm bước vào sinh hoạt chữ nghĩa, nhẹ nhàng, bình thản, mặc nhiên. Như khí trời. Như cỏ cây. Như hoa, lá...

Đáng nói chăng, theo tôi, tuy chọn thi ca làm hơi thở, một đời ở với nắng, gió cảm tính và, thao thiết nhân sinh, thành thạo với nhiều thể loại thơ khác, nhưng đặc biệt, Sỹ Liêm chọn lục bát, như một đắm đuối bất tận, hay một định mệnh không lý giải.

Tôi nghĩ, bất cứ ai từng theo dõi cõi-giới thơ lục bát hôm nay ở quê nhà, sẽ dễ dàng nhận ra rằng: Càng lúc thể thơ dân tộc này, càng có những biến tấu huê dạng, bất ngờ... (không loại trừ những cố tình biên cải vô nghĩa - - dẫn lục bát tới chỗ không hồn, vía...). Thí dụ:

- Có tác giả xây dựng những đời thơ lục bát của mình trên những phá cách (thường ở câu 6 chữ)... để dẫn tới những so sánh, liên tưởng bất ngờ nơi câu tám.

- Có tác giả chia câu tám thành 4 bậc thang (những tưởng mới mẻ dù sự thực hình thức kia, đã có tự hàng trăm năm trước...)

- Có tác giả chủ tâm ghi nhận, miêu tả những hoạt động thân xác, như muốn quan định một chỗ đứng riêng cho mình, qua những dòng lục bát của họ.

- Nếu có tác giả xây dựng những đời lục bát của họ trên những hình tượng, sự kiện xã hội hiện thực, chủ tâm phô bày mặt khác của đời thường; thì cũng có tác giả xây dựng những đời lục bát trên một số chữ nghĩa phổ cập của Thiền tông, tựa tự thân cho thấy họ đã... "chứng ngộ" lẽ đạo?!?

- Nếu có tác giả xây dựng những đời lục bát trên những xóa nhòa cái nhịp chảy hiền hòa, êm ả của ca dao, điệu ru, để đi tới những chân trời gập ghềnh; bất định những thương tích, hàm hỗn mất mát..., vốn là thuộc tính của cảnh thổ nhân sinh hôm nay thì, cũng có tác giả chung thủy với nhịp tim ca dao, hiền hòa, dung dị - - Như một nỗ lực vực dậy, khơi mạch một thời vàng son của thể thơ truyền thống nghìn năm đó...

Tôi muốn gọi hiện tượng này là sự "chia tay và, trở về lục bát.".

Sỹ Liêm, theo tôi, qua nhiều bài lục bát của ông, cho thấy ông chọn con đường vực dậy, khơi mạch một thời vàng son của lục bát truyền thống.

Phải chăng, giữa lúc, những người đồng thời với Sỹ Liêm, thể hiện quyết tâm chia tay lục bát cũ để hình thành một lục bát không chỉ mới, khác từ hình thức mà, còn có tham vọng thay máu cho lục bát hôm nay nữa, thì Sỹ Liêm lại làm một cuộc trở về.

Rõ hơn, Sỹ Liêm chọn con đường trở về ca dao: Con đường dung dị, hiền hòa, êm ả điệu ru từ thân, tâm... Nhưng ông mặc khoác cho chúng những chiếc áo khác. Những tấm áo được dệt bằng tơ sợi và, họa tiết mang tên Sỹ Liêm.

Cụ thể, như bài "Xác thân ngọt lịm cây trái bốn mùa". Một bài lục bát có 22 câu thì, quá nửa số câu nói về người nữ được Sỹ Liêm ướp mật, tẩm hương cây trái miền Nam. (Chúng ta cũng có thể hiểu ông muốn nhân cách hóa cây trái miền Tây bốn mùa, qua hình ảnh người nữ của mình?)

Đó là những so sánh, liên tưởng, cá nhân tôi lần đầu, được đọc:

*"Em chèo lục bát ca dao*
*Vần căng vú sữa điệu ngào ngạt hương*
*Ánh trăng lót ổ làm giường*
*Đêm thong thả gió mây đường đột ôm*

*Vỏ lòng tua tủa chôm chôm*
*Hồn trong trắng muốt thịt ngon lựng trời*
*Da thơm hoa mận gọi mời*
*Môi ong bướm lượn xuân ngời nhụy say*

*Lông mày lá liễu phượng bay*
*Mắt đen hạt nhãn đậm dài mi cong*
*Dung nhan lúa trổ đòng đòng*
*Hơi non nõn ngát ruộng đồng mỹ nhân*

*Búp măng mười ngón thiên thần
Cẳng thon bắp chuối kéo căng cặp đùi
Sầu riêng chẳng có... chỉ vui
Hàm răng bắp trải nụ cười quanh năm*

*Cổ cao trái cấm chẻ cằm
Vầng vai nhật nguyệt ngấm ngầm khát khao
Em về nhận lễ trầu cau
Cho ta thưởng thức mâm cao cỗ đầy*

*Tuyệt vời con gái miền Tây
Xác thân ngọt lịm trái cây bốn mùa"*
(Sỹ Liêm, trọn bài)

Ở một bài lục bát khác, bài *"Hai lòng như một cánh cung"*, thiên nhiên, sông nước, đất trời cũng được đem vào lục bát theo cách của Sỹ Liêm.

Ở bài thơ này, tôi rất thích câu mở đầu *"ông trời cởi áo tứ thân"* và *"Dòng sông cõng chiếc đò ngang"*.

Vẫn là nhịp đập của ca dao đấy chứ! Nhưng hình tượng lại mới, lạ không kém gì những dòng lục bát mới, lạ của những người trẻ hôm nay:

*"Ông trời cởi áo tứ thân
Để cho đất thấy mây vần vũ bay
Vầng dương tỏa ánh ban mai
Và đêm nguyệt tỏ tình ngây ngất vàng*

*Dòng sông cõng chiếc đò ngang
Chòng chành vì có ta nàng bên trong*

*Hai tay ta cũng đèo bồng*
*Theo trời bắt chước cởi xong áo ngoài*

*Nàng nằm nhắm mắt liêu trai*
*Ta theo từng nụ hôn say đắm cùng*
*Hai lòng như một cánh cung*
*Cong theo từng nhịp tim run rã rời..."*
(Sỹ Liêm, trích *"Hai lòng như một cánh cung"*)

Bản chất thi sĩ vốn gắn bó với cái đẹp nền nã của sông nước và, cây trái miền Tây, nhưng Sỹ Liêm cũng không thể quay lưng, bình thản trước những bi kịch xã hội. Vì thế, lục bát của ông cũng đã dành khá nhiều không gian cho những nghịch cảnh xát muối, nhói lòng! Tuy nhiên, qua thơ, Sỹ Liêm vẫn cho thấy tinh thần chia sẻ, cảm thông, độ lượng của mình.

Để tạm kết bài viết ngắn này, tôi muốn lặp lại nhận định của một người bạn thi sĩ, khi ông nói, đại ý: - Vấn đề không phải là thể loại (form) thơ gì? Tự do hay vần điệu, lục bát hay thất ngôn bát cú, tân hay cựu hình thức... mà vấn đề, trước sau vẫn nằm ở ở chỗ thơ hay hoặc, thơ không hay mà thôi...

Từ nhận định tổng quát ấy, tôi nghĩ, Sỹ Liêm đã cho những người đọc ông, một số câu thơ hay - - Khi định-mệnh-thơ đã đưa ông trở về với lục bát truyền thống.

**Du Tử Lê**

*Garden Grove, Aug. 2015*

# CẢM NGHĨ VỀ SỸ LIÊM

## Luân Hoán

**Mấy Câu Đùa Cùng Sỹ Liêm**

nhân gian còn rượu còn thơ
còn phơ phất đứa dật dờ dễ thương
dù gã mất hết xương sườn
để có nhiều ả sắc hương chịu liền
đời không cần làm ông tiên
chỉ mê phục vụ cho riêng từng người

chuyện chi cũng tỏ vẻ lười
ngoài việc thơ thẩn mua vui cùng tình
cao ráo hóm hỉnh thông minh
gã như là cậu thư sinh suốt đời

nhiều người khen rất chịu chơi
vài người chê cũng ba trời như ai
quanh năm thơ thẩn in hoài
chung riêng hẳn phải trả bài ứ hơi

gã mới vừa phán nhẹ mấy lời:
"ta theo chữ nghĩa lên trời lãng du"
nghĩa là hết chịu ngồi tu
bên em địa giới ít thu hoạch tình

*chắc gã lãnh ý tiên sinh*
*Sỹ Liêm đốc sử nên tinh ranh nhiều*
*hay là chất lượng tình yêu*
*đến thời điểm phải giao nhiều cho thơ*

*nghi thì nghi chưa nên ngờ*
*chờ gã in ấn xong thơ biết liền.*

## Sỹ Liêm

*có phải Annamite?*
*sao giống Parisien?*
*mấy năm sống ở Pháp*
*đã có phong thái riêng*

*dáng cao cao mảnh khảnh*
*vóc hạc hơi gầy gầy*
*tướng mạo trong tục ngữ*
*được đánh giá bậc thầy*

*hư thực tôi không rõ*
*nhưng cũng đoán chừng ông*
*rất tràn đầy phong độ*
*nam nhi giống tiên rồng*

*ra đời năm sáu... mấy*
*ngay giữa đất Sài Gòn*
*trong gia đình viết lách*
*lý tưởng nuôi tâm hồn*

ông dụng tài múa bút
bao trùm cả văn thơ
khởi đầu hai tập truyện
có da thịt hồng hào:

Những Mảnh Đời Chắp Vá
và Tình Nghĩa Thầy Trò
chuyện muôn đời xã hội
tươi vui cộng buồn xo

thơ thẩn đã mấy tập
đủ ngồi chung đứng riêng
hồn chữ xanh tới tấp
dí dỏm khoe nét duyên

một đôi khi táo bạo
yêu em như đời thường
ngôn ngữ không ngần ngại
ngỡ như biết ở truồng

ông cười cười tự nhận
ảnh hưởng tôi xíu xiu
tôi vui vui ngẫm lại
thế ra mình từng liều

tôi ông chưa gặp mặt
nhưng rõ ràng rất thân
thì ra khi đồng điệu
xa mấy cũng thấy gần

từng bị ông dụ khị
in chung thơ đôi lần
giúp tôi trẻ mấy tuổi
bạn bè càng thêm đông

nghe tin ông in sách
thả thơ bay lên trời
gắng họa ông đôi nét
để ông in kèm chơi


chân dung ông dễ vẽ
bởi mặt mũi đẹp trai
tiếc tôi khác con gái
càng tô màu càng sai

hẹn ông thêm ít nữa
tôi về thăm Việt Nam
có Sỹ Liêm ra đón
cầm theo bó hoa vàng.

**Luân Hoán**

# TỪ "KHÔNG HIỂU" (THƠ MAI THẢO) ĐẾN "TRẦN GIAN NHÂN THẾ MỘT VÒNG TRÒN" (THƠ SỸ LIÊM) VÀ "TINH THẦN BẤT NHỊ" TRONG PHẬT GIÁO.

**Vy Thượng Ngã (Nguyễn Vỹ)**

*"Thế giới có triệu điều không hiểu*
*Càng hiểu không ra lúc cuối đời*
*Chẳng sao, khi đã nằm trong đất*
*Đọc ở sao trời sẽ hiểu thôi."*
(**Không hiểu** - Mai Thảo)

Bài thơ tứ tuyệt khắc trên bia mộ Mai Thảo khi ông qua đời năm 1998, phần nào lột tả sơ nét bức tranh cuộc đời qua nhãn quan ông. Những dằn xé, mâu thuẫn, xung đột luôn tồn tại trong cùng một chủ thể. Không gian tĩnh mịch, vạn vật đi vào màn đêm, đó là khoảng thời gian ta nhìn lại chính mình, với bản ngã cùng vô vàn câu hỏi: Ta đến từ đâu, tại sao đôi phút ta hành động thế này và tại sao lắm lúc hành xử thế kia, tại sao và tại sao?! Hàng vạn câu hỏi đặt ra, ta mãi quẩn quanh ngay từ khi lọt lòng cõi mang tên «bí mật». *«Tinh thần bất nhị»* trong Phật giáo tôi trộm nghĩ đã đi vào tiềm thức con người từ vô thỉ kiếp, để rồi ta hoài bỏ dấu chấm lửng đến khi nhắm mắt xuôi tay mà câu trả lời vẫn còn bỏ ngỏ.

Thơ là chỉnh thể thống nhất về mặt cấu trúc và hình

thái, sự hòa quyện giữa chất liệu ngôn từ và tính nghệ thuật. Ý cùng câu từ ở thơ ca không dàn trải như văn xuôi. Thơ bó buộc vào khuôn khổ, kiệm lời, nhiều ẩn ý, biểu tượng nép mình lặng lẽ. Và vì thế, thơ kén bạn đọc. Để hiểu được nội dung một bài thơ, ngoài lớp vỏ ngôn từ, «nó» đòi hỏi ta thâm nhập phần nào vào đời tư, tuổi đời, suy tư, trăn trở mà tác giả gửi trọn thông qua hình ảnh (biểu tượng) xuất hiện trong tác phẩm, bút pháp nghệ thuật, điển hình phần nhiều mang biện pháp ẩn dụ.

*"Lòng đêm lủng sáng một vòng tròn*
*Thẳng một đường khuya dấu chấm son*
*Lấy tay chống đất làm tâm điểm*
*Xoay hết vòng quay tuổi đã mòn.*

*Cuộc đời đi đến nửa vòng tròn*
*Vẫn thấy tâm còn một chấm son*
*Nửa còn đi tiếp theo tâm điểm*
*Ngoảnh lại thời gian tuổi đã mòn.*

*Khởi sanh nghiệp dĩ một vòng tròn*
*Nghiệp chướng hình thành mất chấm son*
*Thân, khẩu, ý cùng xoay tâm điểm*
*Nhận thức vô vi tuổi đã mòn.*

*Tà dâm, tạp niệm một vòng tròn*
*Nhân thế cũng từ dấu chấm son*
*Tình thương đánh mất ngoài tâm điểm*
*Muốn nắm bàn tay tuổi đã mòn..*

*Vòng tròn tâm điểm tuổi đã mòn*
*Khép mặt vào trong dấu chấm son*
*Trần gian ỉm tiếng vô hình tướng*
*Trời đất thu mình khóc nỉ non."*
(***Trần gian nhân thế một vòng tròn*** - Sỹ Liêm)

Tác giả Sỹ Liêm lý giải cuộc đời dưới ngòi bút mình thông qua hình ảnh «vòng tròn». Vòng tròn - khởi tự tâm, những biến chuyển quẩn quanh về soi rọi lại điểm bắt đầu. Ta đi hết vòng tròn cũng đồng nghĩa ta chưa đi khi điểm bắt đầu cũng trùng điểm kết thúc. Vòng lặp vô tận. Ta đắm chìm dưới bàn tay tạo hóa, hư vô. Có thực, hình ảnh «vòng tròn» bài thơ đơn thuần chỉ là vòng quay kiếp người không?!

*"Lòng đêm lủng sáng một vòng tròn*
*Thẳng một đường khuya dấu chấm son*
*Lấy tay chống đất làm tâm điểm*
*Xoay hết vòng quay tuổi đã mòn."*

Sử dụng «*Lòng đêm*» ở câu thơ thứ nhất, tác giả giúp ta có cách liên tưởng sâu sắc đầy ẩn ý, hình dung về dáng hình dạng chảo, trũng sâu; đầy tính gợi mở - Đôi chân tiếp xúc nhau hợp thành điểm cong, nơi trũng sâu trường hợp bài thơ không gì khác là bộ phận sinh thực khí người phụ nữ. Trong cái tăm tối ấy là sự giao thoa giữa dơ bẩn và khoái lạc, nơi thỏa niềm đam mê cháy rực - «*lủng sáng một vòng tròn.*» Người nam và người phụ nữ phút này đây đã nhập vào nhau làm một, từ từ tiến sâu kiếm tìm nguồn ánh sáng khoái lạc huyền ảo. Hơi thở hổn hển, nhân vật nam «Lấy tay chống đất» tạo điểm tựa chuyện chăn gối diễn ra nhịp nhàng. Sau mỗi cuộc giao hợp, cơ thể con người dần bào mòn, thể xác rã rời, lần nữa ta cảm nhận những biến chuyển

*"Xoay hết vòng quay tuổi đã mòn"*

Nếu khổ đầu tiên, tác giả phác họa bức tranh làm tình giữa đôi nam nữ đi từ tục hóa ra thanh thì sang khổ thứ 2, đam mê xác thịt ám ảnh con người đến tận cùng hơi thở

*"Cuộc đời đi đến nửa vòng tròn
Vẫn thấy tâm còn một chấm son
Nửa còn đi tiếp theo tâm điểm
Ngoảnh lại thời gian tuổi đã mòn"*

Kiếp người theo nhạc sĩ Y Vân vỏn vẹn «60 năm», ta đi nửa vòng đời, ngoái về sau ý niệm hãy còn quẩn quanh trong nhục dục. Dù bước tiếp thêm 30 năm nữa, thời gian dẫu vắt kiệt thân xác, con người không sao thoát ly những mê đắm trần tục.

*"Khởi sanh nghiệp dĩ một vòng tròn
Nghiệp chướng hình thành mất chấm son
Thân, khẩu, ý cùng xoay tâm điểm
Nhận thức vô vi tuổi đã mòn.*

*Tà dâm, tạp niệm một vòng tròn
Nhân thế cũng từ dấu chấm son"*

Tình yêu có chăng chỉ buộc ràng, chịu chi phối bởi tình dục?! Tình yêu chỉ hạnh phúc, tồn tại lâu dài tùy thuộc tâm tình và nhận thức đối phương. Những thứ tha, tôn trọng, thấu hiểu... bao gia vị tuy nhỏ nhặt nhưng đủ làm nên «món ăn» đời sống chồng vợ êm ấm thường ngày. Ngoài phạm trụ tình yêu, ta có thể dùng chúng «nêm nếm» đối đãi cùng hành xử với mọi người chung quanh để khi nhắm mắt xuôi tay, ta không còn nuối tiếc, ân hận sai phạm bản thân thuở sinh thời.

Kiếp người, tội lỗi khởi điểm cũng từ «*một vòng tròn*», «*chấm son*». Suy cho cùng, phụ nữ chi phối cả tinh cầu: chiến tranh, đau thương, hạnh phúc, rằy rứt... Và, muốn bồi đắp, gây dựng lầm lỗi đã qua, số phận nghiệt ngã cuốn theo dòng đời, giây phút lắng lòng không đủ ta chuyển xoay con tạo vô tình

"*Tình thương đánh mất ngoài tâm điểm
Muốn nắm bàn tay tuổi đã mòn...*"

"*Vòng tròn*", vòng lặp kiếp người vô tận; những hạnh phúc, buồn đau thế gian quẩn quanh "ôm" lấy con người nhỏ bé hữu vạn vỏn vẹn mấy mươi năm, cảm xúc ta mang trên vai nặng trĩu từng giờ, từng ngày; thân xác héo mòn chờ ngày đi về cõi xa xăm nào...

"*Vòng tròn tâm điểm tuổi đã mòn
Khép mặt vào trong dấu chấm son
Trần gian ỉm tiếng vô hình tướng
Trời đất thu mình khóc nỉ non*"

Hình ảnh "*chấm son*" giờ đây như ngầm soi rọi tiền thân ta: là hạt cát trên sa mạc, hạt bụi mờ giữa hư không; ta sẽ về lại nơi ta bắt đầu khi đã can qua vị trần gian mang nhiều dư âm đối nghịch nhau.

"*Trời đất thu mình khóc nỉ non*", có phải "trời đất" khóc cho kiếp người, hay chính chúng ta đang tự khóc cho mình; đi vào những khúc quanh co không lối ra...

Không như Mai Thảo trong *"Không đề"* mượn cái khó hiểu để lý giải cuộc đời từ phương diện và góc độ người đang trên bờ vực thẳm, thay vào đó Sỹ Liêm chú trọng việc truy tìm căn nguyên nguồn gốc kiếp người sệt quánh trong vũng lầy xúc cảm mà tác giả từng đề cập qua *"Hạnh phúc chẳng có hình hài"*:

*"... mũi ngửi sực nức đài hương*
*nhụy thơm phức tưởng mùi ương tanh nồng*
*nếm vào vị giác sâu nông*
*lưỡi không xương dễ uốn cong nuốt lời*

*vào thân trau chuốt rạng ngời*
*bên trong ẩn một bầu trời tối tăm*

*pháp trần ý mất tại tâm*
*trí buông, tánh bỏ lạnh căm xác phàm*

*bàn tay tạo nghiệp dính chàm*
*ghì ôm hai chữ tham lam buộc vào*
*bây giờ ngươi biết tại sao*
*hãy làm ngược lại những thao thức này*

*hạnh phúc chẳng có hình hài*
*chỉ là chiếc bóng ngự ngay tim mình!"*
(trích **Hạnh phúc chẳng có hình hài**)

***Trần gian nhân thế một vòng tròn*** được viết theo thể thất ngôn độc vận. Thể thơ thất ngôn gần nhất với thể thơ Đường. Điều này đòi hỏi sự phối hợp nhịp nhàng giữa các dấu thanh, vần luật chuẩn xác và tính cẩn trọng, chăm chút từ tác giả. Viết thơ thất ngôn đúng vần luật đã khó, độc vận mà gần như sử dụng chung vài chữ xuyên suốt cả bài thơ (tròn, son, mòn) là điều không đơn giản. Tưởng chừng độc giả sẽ bị nhấn chìm trong sự nhàm chán thì việc tác giả chọn vần «on» theo tôi là sự kết hợp tinh ý và khéo léo bởi giai điệu «on on on» trong từng câu thơ phát nên như vang vọng ra khoảng không gian. Đời người là tiếng gọi yếu ớt đánh vào thế giới rộng lớn, tiếng vang cứ mãi đi, ta gọi nhưng chẳng màng hồi đáp, và ta đành đi hết cuộc đời với những cái «hiểu không ra lúc cuối đời» như Mai Thảo từng trăn trở...

Theo người viết, ngoài bóc tách bài thơ dưới góc nhìn phồn thực (cuộc làm tình của đôi nam – nữ), bài thơ còn thêm hướng tiếp cận: Vòng tròn tái hiện giai đoạn của một đời người: sinh – (dưỡng) - lão - bệnh - tử.

Sinh: *"Lấy tay chống đất làm tâm điểm";* Thuở ấu thơ, tập bò.

(Dưỡng): *"Nửa còn đi tiếp theo tâm điểm";* Nuôi và dưỡng dục.

Lão: *"Nghiệp chướng hình thành mất chấm son"*: Bắt đầu già, nhận thức thay đổi từng ngày, nhiều suy tư trăn trở về kiếp người.

Bệnh: *"Muốn nắm bàn tay tuổi đã mòn";* Nằm trên giường phút hấp hối, muốn nắm bàn tay người thân nhưng sức tàn, lực kiệt.

Tử: "Khép mặt vào trong dấu chấm son"; Trở về cát bụi, trở về hình hài ban đầu "dấu chấm" – hạt bụi mờ giữa hư không.

Người viết xin dừng dòng cảm xúc của mình tại đây, nhường bạn đọc suy ngẫm sau khi đọc bài thơ *"**Trần gian nhân thế một vòng tròn**",* được in trong tập thơ *"**Theo ta chữ nghĩa lên trời lãng du**".* Hy vọng các bạn sẽ tìm thêm nhiều điều thú vị trong thi phẩm này.

**Tái bút:**

Tôi có vinh dự được tiếp xúc bản thảo tập thơ ***Theo ta chữ nghĩa lên trời lãng du*** của tác giả Sỹ Liêm từ những ngày đầu trước khi tác phẩm ra mắt.

Chúng ta không cần "hoài nghi" về tập thơ này, bởi lẽ, tác giả Sỹ Liêm đã khẳng định ngòi bút mình từ lâu. Tập thơ chỉ như hình thức, kỷ niệm người cầm bút lưu lại cho đời.

Chừng ấy bài thơ hiện diện trong thi phẩm khá khiêm tốn so với số lượng tác phẩm mà Sỹ Liêm sáng tác, vì thế độc giả có quyền hy vọng và mong chờ những tập thơ tiếp theo của tác giả Sỹ Liêm trong tương lai...

**Vy Thượng Ngã (Nguyễn Vỹ)**
*(Sài Gòn; chỉnh sửa, bổ sung cuối tháng Giêng – 2018)*

## thích làm con trẻ
## về nôi mẹ hiền!

ngày xưa ôi của ngày xưa
ngày xưa ngày của ngày chưa muộn phiền
trái tim thánh thiện hồn nhiên
Phật tâm Chúa ngự vẫn nguyên vẹn hình

đi đâu cũng thấy chữ tình
lót bàn chân nhỏ chạy thình thịch vui
mệt nằm lăn đất ngủ vùi
giấc mơ bay bổng chẳng nguôi thơm lừng

hồn non thác trẻ trung rừng
lòng son nhún nhảy trên từng ngọn cây
hứng gió trời… những áng mây
bọc tròn da thịt căng đầy tuổi thơ

cây đời trổ nhánh mộng mơ
lá bung đón lấy bài thơ cuộc đời
đánh vần rớt điệu tả tơi
cười trong trẻo mặc những hơi hướm buồn

giận hờn tay bắt tay buông
thong dong đánh đổi một khuôn mặt cười
đúng là chín bỏ làm mười
trẻ con bổn thiện chính người chi sơ

mỗi ngày chồng chất ngu ngơ
mỗi năm bỗng thấy dại khờ lớn nhanh
tất cả đều rất mong manh
gót chân cao thấp chòng chành thấp cao

thời gian lén lút qua mau
mới thôi đầu đã bạc màu tóc xanh
tưởng đâu biển cả hiền lành
ai dè ta mới tập tành ra khơi

mấy mươi năm chửa biết bơi
nhìn quanh chỉ thấy toàn hời hợt thôi
trở về ký ức xa xôi
thích làm con trẻ về nôi mẹ hiền!

# trần gian nhân thế một vòng tròn

lòng đêm lửng sáng một vòng tròn
thẳng một đường khuya dấu chấm son
lấy tay chống đất làm tâm điểm
xoay hết vòng quay tuổi đã mòn

cuộc đời đi đến nửa vòng tròn
vẫn thấy tâm còn một chấm son
nửa còn đi tiếp theo tâm điểm
ngoảnh lại thời gian tuổi đã mòn

khởi sanh nghiệp dĩ một vòng tròn
nghiệp chướng hình thành mất chấm son
thân, khẩu, ý cùng xoay tâm điểm
nhận thức vô vi tuổi đã mòn

tà dâm, tạp niệm một vòng tròn
nhân thế cũng từ dấu chấm son
tình thương đánh mất ngoài tâm điểm
muốn nắm bàn tay tuổi đã mòn

vòng tròn, tâm điểm, tuổi đã mòn
khép mặt vào trong dấu chấm son
trần gian ỉm tiếng vô hình tướng
trời đất thu mình khóc nỉ non.

## em đi một nỗi cong buồn

em đi một nỗi cong buồn
trần gian vắng vẻ trần truồng gối chăn
nửa đêm khao khát chị hằng
lấy xô nước hứng trăng ngần xuống chơi

tự nhiên nước mắt bỗng rơi
nước loang loáng gợn tròn tơi tả tròn
cái buồn lặn xuống nỉ non
trăng tan theo những héo hon chính mình

cô đơn chụp bắt bóng hình
nghe trong từng lóng hoa tình lạnh câm
và từng ngón cũng đau thầm
nhớ bàn hương cũ tay cầm thương yêu

vết mòn từng kẽ chắt chiu
hơi thơm tho vẫn liêu xiêu tháng ngày
em đi để lại hình hài
hành trang một giỏ tương lai ngút ngàn

vần theo điệu mất mấy hàng
nên tôi rước ánh trăng vàng đắp vô
bài thơ nét mực chưa khô
ngôn từ lả chả một xô ngậm ngùi.

## vuông chiếu

vuông chiếu trải sẵn em ngồi
từng hương cói cột đan tôi trong ngoài
em đẹp lẫn nết hình hài
cành tôi trĩu nặng một bài thơ nghiêng

đỡ em tĩnh tọa ngoan hiền
bàn tay chạm mạch bỗng ghiền yêu thương
lén đưa mũi ngửi mùi hương
chợt nghe trời đất mười phương dậy nồng

tưởng đang ở cõi phiêu bồng
tưởng em tiên nữ giáng trần kề bên
hồn trong sấm chớp vang rền
lòng bia lắp sẵn cung tên bắn vào

trái tim trúng đích té nhào
nằm ôm lồng ngực thở phào… chiêm bao
mặc cho đất thấp trời cao
nguyện xin làm kẻ hái sao tặng người

thêm một chú Cuội ra đời
cây đa cắm giữa dòng khơi đục mời
Hằng Nga mở rộng ngực cười
cong môi đón đợi tôi rơi nồng nàn.

# lòng tà

hồn chưa tỉnh giấc khuy cài
áo khuya hở nửa ngực đài gấm hoa
song thưa lấp ló trăng già
em nằm nghiêng dải ngân hà xuống chơi

thịt da trắng bạc ngang trời
chòm sao tiên hậu rụng rơi đua đòi
thất tinh bắc đẩu lìa ngôi
theo đường cong xuống cùng tôi ngắm nàng

lặng nhìn uống ngụm không gian
bình minh hóa một thiên đàng trên môi
hiên ngoài lá cỏ đâm chồi
trong tôi xuất hiện ngọn đồi riêng em

đường gân máu nổi trên rèm
thả tôi vào những chỗ thèm thơm tho
lòng tà lẩn quẩn quanh co
tìm riêng hạnh phúc dày vò tấm thân

bàn tay năm ngón thanh tân
đón đưa từng giọt trắng ngần yêu thương!

## em đi nhang khói mờ di ảnh

em về để lại môi thương nhớ
thơm vẫn còn len giọt nhớ thương
mùi hương tóc xõa vai ươm tỏa
một sợi đen tuyền mãi vấn vương

em đi bỏ phố buồn hoang phố
ngõ vắng chiều nay thiếu gót hài
bàn tay ở lại long lanh lệ
khóc một bàn tay vuốt mắt cay

bao phen tỉnh giấc mùi ân ái
đọng ở giường con sát góc nhà
chiếc áo ta treo còn nguyên vách
tựa vào cánh áo của người xa

nghiêng mình nhớ lại hơi em thở
thả xuống môi đời mấp máy run
hôn thôi... hai mái đầu nghiêng ngửa
quyện chặt vào nhau đến tận cùng.

da trắng thịt em bày trái cấm
cầm lòng chưa đủ một giây thiêng
là ta mê mẩn quên trời đất
cắn cặp đào non đến ngọc tuyền

em của đời ta... em hữu hạn
cũng từ kiếp trước hóa vô biên
kiếp này trở lại em nhan sắc
lộng lẫy từ sanh đến khải huyền

em đi nhang khói mờ di ảnh
từ cõi vô thường... rét cánh bay
trời ơi! hương lửa hơi còn ấm
hạnh phúc nghìn đêm vĩnh biệt ngày...

# vết thương thế hệ nằm bưng mủ

nhớ khi còn bé mẹ hay khuyên
làm thân con gái phải ngoan hiền
tôi sống trưởng thành trong ảo mộng
ngỡ rằng cuộc sống vốn thần tiên...

tưởng có chồng rồi hết trẻ con
ngờ đâu vẫn cứ bị ăn đòn
từ tay của kẻ yêu thương ấy
đau lắm nhưng lòng vẫn sắt son

thuở trước mẹ về cũng trẻ con
ba đánh lằn roi mãi vẫn còn
cũng từ bàn tay nâng niu ấy
mẹ khóc mỗi ngày mỗi héo hon

thuở ngoại lấy chồng chẳng biết sao
hình như mẹ kể có lần nào
ông ngoại đánh bà tôi suýt chết
một đời thức ngủ rách chiêm bao

nội tôi sửa túi với nâng khăn
cũng bị ông tôi đánh để lằn
làm thân con vợ thua con thú
lặng lẽ suốt ngày ít nói năng

thời gian vết đánh vẫn còn nguyên
quá khứ hồn soi những tủi phiền
vết thương thế hệ nằm bưng mủ
thân phận đàn bà mãi ngửa nghiêng.

*Sỹ Liêm*

# em về trút bỏ xiêm y

em về trút bỏ xiêm y
soi gương ngắm lại xuân thì đầy vơi
cánh môi đánh dấu một thời
trăm con bướm lạ rong chơi mỗi ngày

tình mòn hết cả cánh tay
ngón đầy lấp cả thơ ngây tuổi buồn
hương thơm xưa đã cạn nguồn
nhan son phấn chảy sắc buông hình hài

gánh đời mỏi hết hai vai
ngực thâm đường giữa chia hai bầu phiền
đường cong lẫn những đường nghiêng
ẩn trong da thịt vẹn nguyên dấu hằn

thời gian để lại nếp nhăn
bến bờ khoái lạc hồn cằn cỗi khô
bụng đời một dải khăn sô
bàn chân dẫm phải gai ô uế nhiều

trăng lên trời ngã về chiều
tấm thân lõa thể ít nhiều hư hao
em về tẩy hết thương đau
nhưng không tàn tạ đã lao dốc trần.

## xin cho một chút hơi người

xin cho một chút hơi người
để da với thịt gọi mời thương yêu
thích nhất là những buổi chiều
hơi thu lành lạnh đến khều hai ta

bàn tay nắm lấy tay và
ôm nhau nghe trái tim hòa nhịp chung
cánh môi rón rén ngại ngùng
áp vào miệng lưỡi run run đã đời

sóng lòng từ ở hồn khơi
ùa về quấn lấy quanh nơi ta ngồi
thời gian như thể ngừng trôi
không gian đồng lõa cùng trân trối nhìn

mở từng cúc áo xinh xinh
nguồn hường từ ngực tỏa tinh khiết mùi
thiên đường bỗng dậy tiếng vui
lần theo đường cổ đi xuôi xuống gần

nghe từng sớ thịt đường gân
trổ hoa từng đóa trên thân thể ngà
nửa phần dưới chẳng còn xa
hai gang tay đợi thiết tha đón chờ

từng qua những phút dại khờ
nên tham lam dẫn đến bờ hiển linh!

# em đi đời tắt lửa thiêng

em đi phủi cái gần kề
đem theo những thứ chẳng hề thương yêu
ở đây còn biết bao điều
để em ở lại nâng niu tụi mình

sáng trưa có bóng có hình
chiều chưa kịp tối làm tình có nhau
nửa khuya giường chiếu nát nhàu
riêng nghe tóc rối thều thào bên tai

hương đêm khác hẳn hương ngày
chen thêm mấy vị chua cay mặn nồng
kèm theo những chú nhạc công
ễnh ương, cóc, nhái ngoài đồng hợp ca

chim kêu vượn hú từ xa
trăng sao lấp lánh vàng sa tuyệt trần
môi đi tìm cánh lưng trần
tay đi vào cõi bần thần ngửa nghiêng

em đi đời tắt lửa thiêng
nhà tranh vách lá cùng hiên ngoài buồn
dòng sông đánh mất cội nguồn
lạc thân bờ bãi lệ cuồn cuộn tuôn...

## em đi tuần lễ bỗng buồn

thứ sáu qua rồi thứ bảy ơi
ngày chưa kịp khóc, đêm qua đời
chúa nhật nằm trên căn gác ngẫm
thời gian đi mãi biệt mù khơi

thứ hai vừa chạm ở trên tay
đêm chưa kịp đến, lệ đầy ngày
những tưởng thứ ba đời tĩnh lặng
không ngờ đánh mất cả hình hài

thứ tư đến cũng chẳng hiền từ
buồn vương cháy xém chuyện tương tư
qua đến thứ năm sầu mấy ngã
khuất em thơ đẫm lệ từng từ

nguyên tuần thao thức chuyện yêu thương
hàng cây xô bóng gục bên đường
lá nhớ từ trong hơi hướm cũ
mỗi cành khao khát một làn hương.

# ôm

thèm ôm từ cái thèm ôm
sao mai lỗi hẹn sao hôm ngóng chờ
thèm ôm từng phút từng giờ
ôm vai ôm cổ dẫn đờ ôm đi

ôm lưng bủn rủn chai lì
ôm eo ôm cả tứ chi mỏi nhừ
ôm môi hôn đến ngất ngư
hôn bung cúc áo hôn như lần đầu

hai ta nằm giữa đêm thâu
trăng cong bóng lưỡi xuống bầu ngực khuya
nguồn căng khoái lạc đầm đìa
thú yêu quần quại thương chia đôi bờ

trong thinh lặng lắng như tờ
tiếng rên hòa nhịp tiếng khờ khạo hôn
làn hơi mê mẩn dập dồn
run run theo miệng càn khôn rã rời

hai riêng ghép lại một đời
lắng nghe va chạm giữa trời thịt da
thèm ôm từ buổi hôm qua
đêm nay chú Cuội Hằng Nga mấy lần?

## cùng nhau lăn lóc lãng quên đời

bóng ngã về sau, bóng rũ thầm
con đường phía trước lạnh mù tăm
lòng chưa kịp bước... bàn chân níu
quá khứ đè lên mắt cá bầm!

sân khấu mở màn... đóng rớt vai
trăng chưa kịp sáng... mất đêm dài
tình yêu đợi mãi bình minh đến
đã thấy hoàng hôn mắc lỗi ngày!

lòng ta bia đá tự nghìn năm
ai khắc đau thương vết sẹo nằm
hằn sâu muôn thuở trong hồn đã
lịm chết tình ta lặng lẽ... nhầm!

ta khổ không vì khổ biết yêu
ta đau không hẳn bởi đau nhiều
ta luôn ôm trái sầu hiu quạnh
lặng lẽ nhìn ta... khóc mỗi chiều

sỏi đá tận cùng sỏi đá ơi
cùng nhau lăn lóc lãng quên đời
ở trong xoáy tận tâm cuồng ấy
ta thấy ta nằm đáy biển khơi!

## thưa em anh muốn đầu hàng

em thương trắng nõn lạ lùng
không quen lại muốn đi cùng bên nhau
đúng là lẫn lộn vàng thau
giai nhân xuống phố dáng cao tuyệt trần

mắt nhìn mái tóc thanh tân
tải yêu lên những sợi ngần thơm đan
tim khôn thác xuống nhịp nhàng
thưa em có một dung nhan lẫy lừng

vòng eo ôm trọn vòng lưng
hai bầu sữa ẩn nửa hừng hực ngây
ngất đường kẻ ngực chia hai
phải chăng chính lối thiên thai địa đàng

thưa em anh muốn đầu hàng
hai tay úp mặt giữa làn hương yêu
môi hôn khẽ chạm ít nhiều
đi theo chủ nghĩa đánh liều uy nghiêm

đam mê siết hết gọng kìm
hồn thoi thóp thở trên miền tham lam
bao nhiêu ao ước xuống hàm
nuốt nghe đánh ực lưỡi tàm tạm say…

vần thơ thẳng một đường bay
mấy câu mầu nhiệm đa tài hiển linh
xin quỳ xuống để cung nghinh
từ trong ánh mắt lung linh ánh nhìn.

ơn đời ban chút lân tinh
để anh thắp sáng em xinh mỗi ngày
đa tình sẵn có trên tay
thay nhau mỗi ngón kéo dài trăm năm.

# vẽ

ngồi buồn vẽ vẩn vẽ vơ
vẽ chân thiếu cẳng vẽ thơ thẩn tình
vẽ bóng đuổi bắt lấy hình
vẽ ta an phận lặng nhìn thế gian

vẽ từng ngóc ngách lầm than
viền theo khung ảnh giàu sang tủi buồn
vẽ thân phận bé ở truồng
tay ôm xác mẹ khóc cuồng dại điên

vẽ từng chấm phá oan khiên
lên chân dung những ngửa nghiêng tận cùng
vẽ người thiếu vải lạnh run
ngồi co ro ngửa tay chùn đợi xin

tô thêm cặp mắt tội nhìn
người qua kẻ lại rẻ khinh lắc đầu
vẽ rừng vẽ biển sông sâu
vẽ ta trên đỉnh núi sầu thác cao

nhìn tàn ngọn cỏ hư hao
nằm ôm đá cuội nghẹn ngào nỉ non
vẽ đường mòn mỏi sắt son
dung nhan hạnh phúc phấn son nhạt nhòe

đất trời mây thấp sương che
lòng người ta vẽ hồn quê quặt tâm
vẽ mù mắt – điếc tai – câm
để yên thinh lặng trăm năm ngủ vùi

vẽ dòng lệ nóng chảy xuôi
ngược theo màu sắc chẳng nguôi ngoai ngừng
vẽ ta vẽ ở lưng chừng
giữa cây thập tự chúa từng đóng đinh

ngồi buồn mơ ước linh tinh
vẽ cho thế giới thanh bình... được không?

## nhớ thời con gái
## má hồng... mà đau!

*"buổi chợ đương đông con cá lòng tong anh chê lạt*
*buổi chợ tan rồi con tép bạc anh lại khen ngon".*

em về khép lại yêu thương
nửa gom quá khứ - nửa tương tư sầu
trách người qua bến sông sâu
đẩy em rút ván qua cầu – lẻ loi

lạc tình nhân nghĩa chia phôi
em theo con nước mặn môi ngược dòng
câu hò con cá lòng tong
thương em nát ruột... đổi lòng - lạ thay?

chẳng qua tép bạc cuối ngày
bỏ em giữa chợ lạc loài – lạt – chê
anh đi vào cõi u mê
hình xưa bóng cũ cơm khê chẳng màng

em giờ lỡ bước sang ngang
chị thời không có… suối vàng mẹ cha
vườn dâu thay thế vườn cà
cây chanh, bụi chuối, bầy gà, vịt, heo

xoài, cau phủ mái tranh nghèo
phủ thân cô độc chèo queo ruộng đồng
hôm nay lúa trổ đòng đòng
nhớ thời con gái má hồng… mà đau

em về cầm đũa thấp cao
gắp bông điên điển chấm chao khóc ròng
bữa cơm có vợ vắng chồng
ghế giường xiêu vẹo chiếc lồng bàn nghiêng!

## đời tôi như ngọn hải đăng

từ tôi lên bốn bất ngờ
mẹ yêu khuất núi hồn mờ mịt bay
xa rời hơi ấm trên tay
mồ côi từ thuở thơ ngây kiếp người

tôi đi cô độc giữa đời
lớn nhanh chẳng biết một lời mẹ khuyên
mẹ ơi! mẹ dưới cửu tuyền
trần gian con nhớ triền miên mỗi ngày

thời gian chồng chất đắng cay
nỗi vui buồn chẳng biết ai tỏ cùng
nhiều khi sống rất mông lung
nhiều khi muốn hét nổ tung đất trời

trưởng thành rong ruổi ra khơi
hạnh phúc vừa đến lại rơi xuống dòng
cuốn trôi hết cả áo hồng
vu quy đổi áo khóc ròng hôn phu

anh đi theo mẹ biệt mù
bỏ em ở lại nghìn thu cõi nào
đêm nằm ướt đẫm chiêm bao
sáng ra thấy lệ huyệt đào gối chăn

đời tôi như ngọn hải đăng
sáng trăng cùng biển lăn tăn sóng thần...

# cô đơn rất đỗi dịu dàng

cô đơn xô bóng của ngày
của đêm đầy tháng năm dài dửng dưng
chẳng buồn cũng chẳng rưng rưng
chẳng heo hút đợi chẳng lưng chừng chờ

tình phai phôi đã hững hờ
đã chai đá sạm trên bờ môi khô
lòng cằn cỗi mất ngây ngô
hồn xây tĩnh lặng nấm mồ tịch liêu

tim bia khắc khổ hạnh nhiều
thịt da chạm trổ trăm điều tiễn đưa
tế bào thách thức nắng mưa
len trong từng sợi gân thừa buốt đau

bàn tay trái nhẫn hư hao
ngón đeo áp út trắng phau vết mòn
trên từng đầu móng vương còn
những hơi hướm cũ ướp tròn hương xưa

vị ngọt trên mỗi lóng thưa
sầu đan kín kẽ dây dưa chẳng màng
cô đơn bước xuống dịu dàng
ôm chầm ta vuốt hai hàng lệ: thôi!

cuộc đời vắng mặt đơn côi
làm sao biết được cái tôi hữu hình?

# vô hình tướng

Phật ở bên ta phật mỉm cười
từ bi độ lượng nở trong tôi
sắc không bất nhị vô hình tướng
một đóa vui người cũng lẻ loi

Chúa khoác vai ta Chúa hiện hình
thần linh phục sẵn ngõ tâm kinh
thân mang thánh giá tay lần chuỗi
từng hạt nhân danh huyết lệ tình

em phá niết bàn bỏ cuộc chơi
bỏ ta như Chúa bỏ cuộc đời
chuông chùa vừa xuống Nam mô Phật
em đã Amen khép mặt người!

## tiếng còi gào thét tử sinh

xe đời rời khỏi sân ga
đường ray em phải, trái ta song hành
cuộc tình nghiến bánh lên thanh
sắt run nghiêng ngửa tập tành yêu thương

từng toa qua những đoạn đường
khổ đau từng trạm vô thường đón đưa
dặm dài hạnh phúc nắng mưa
mặc nhiên giông bão bụi thừa tháng năm

hai ta chuyên chở thăng trầm
chia ly cũng đã khóc thầm lặng thinh
tiếng còi gào thét tử sinh
hồn rong ruổi cuộc đăng trình thủy chung

phong ba phố núi chập chùng
đồi non mây thả nghìn trùng bể dâu
từng tuổi đi… bạc mái đầu
bánh xe đời vẫn nghiến đau đường rầy…

# nghiêng

chiều nghiêng con nắng rớt ngày
nghiêng thùng đổ nước mày ngài chính em
em nghiêng liếc mắt đi kèm
nghiêng ta xuống phố rớt thèm dập chân

chưa kịp xoa nắn định thần
môi nghiêng em thả xuống trần lẵng hoa
phố đông nhộn nhịp người qua
hương thơm em tỏa lan ra lòng đường

đèn nghiêng lề đón yêu thương
ta theo giống kẻ bất lương tập tành
muốn trộm cánh tay đồng hành
đong đưa cùng dạo hiền lành sánh đôi

rình rình ăn cắp cặp môi
hôn cho thỏa mãn cái tôi thèm thuồng
nghiêng theo cảm giác dại cuồng
luồn eo ôm cả thác nguồn suối mê

tay nâng bộ ngực chỉnh tề
dâng lên cửa miệng nguyện thề trăm năm
dù cho sấm sét trời gầm
cũng không quyết để ai cầm thay ta

nghiêng người mới biết thì ra
nãy giờ mơ mộng ba hoa chích chòe
mượn vần thơ... để lắng nghe
trái tim máu chảy ướt nhòe nhoẹt thân

nghiêng theo bước ngắn bước gần
mỗi nhịp nghiêng thở góp phần vô duyên!
nghiêng về dấu ấn đầu tiên
để cho nghiêng ngửa khỏi phiền lụy em!

# đưa em thoát khỏi hình hài Nguyễn Du

ta về sắm sửa yêu thương
ở ve vuốt chợ bên đường ái ân
sạp hôn bày những môi tân
những hơi hướm lạ, những ân cần mời

tiếng rao tha thiết một thời
kêu ta lồng lộng giữa trời xuân xanh
lại đây em bán mộng lành
kề vai áp má năm canh cận kề

hương buông theo mái tóc thề
phủ thơm da thịt, thả mê mẩn mùi
bàn tay mặc cả mua vui
ngón xuôi, ngón ngược, ngón lui tới tìm

trên từng vụng dại ướt mềm
trăng rơi xuống đụng rèm đêm giựt mình
em nằm lộng lẫy - kiêu - xinh
trao ta quyến rũ ánh nhìn lửa thiêu

chẳng cần em bán bao nhiêu
ta mua hết cả chợ kiều hôm nay
cùng nhau dọn sạp chua cay
đưa em thoát khỏi hình hài... Nguyễn Du!

## toòng teng treo giữa chiêm bao

kể từ ngậm ngải môi người
hồn lơ lửng tận đỉnh trời nhớ thương
viền hôn phảng phất mùi hương
hơi thoang thoảng nhẹ nặng tương tư ngày

nửa đêm mấp máy thở dài
lần theo những ngón ưu hoài dấu yêu
chạm vào lộng lẫy cô liêu
xác thiu thiu ngủ thân tiều tụy cong

lòng buồn phủ tuyết lập đông
thấy trong tay ấm mặn nồng quấn quanh
gối chăn kiếm chút hiền lành
quấn tròn da thịt trên cành khát khao

treo toòng teng giữa chiêm bao
mộng rơi xuống chiếu mền xao xác nhàu
nụ hôn bùa ngải đi đâu
để em ở lại ru sầu ngẩn ngơ

khóe môi, răng, nướu đợi chờ
lưỡi trông ngóng lưỡi bên bờ vực thơm!

## duyên nợ

tôi dạy tôi tánh thật thà
người thơ nằm phải hít hà ra thơ
ngắm hoa đứng ngắm hằng giờ
lá xanh chưa rụng ráng chờ đến thu

gái chưa lớn đã vội hù
mai này mười tám ở tù cùng anh
tụi mình lẩn quẩn loanh quanh
trong căn nhà nhỏ chiếu manh lót vàng

chỉ là nói giỡn nói càn
không ngờ mười mấy năm nàng lớn nhanh
hóa ra nàng đẹp như tranh
hai con mắt lớn to bành ky nghe

cái môi chúm chím đỏ lè
hàm răng trắng muốt cười khoe rất đều
cái dáng đúng chuẩn mỹ miều
kèm theo mái tóc của Kiều Nguyệt Nga

lưng cong ngực nở hài hòa
nằm trên cặp cẳng thướt tha gót hồng
vòng ba đáng giá cặp mông
trăng tròn còn phải khóc ròng tủi thân

nhìn nàng đứt từng sợi gân
từ trong máu huyết bần thần nhịp tim
tự thân muốn hóa thành chim
bay vào ngực áo lim dim ngủ vùi

tưởng tượng hít được chút mùi
chắc là chết giữa chốn vui mịn màng
biết rằng một chút mơ màng
nhưng tôi có cả thiên đàng bao quanh

hai nhà giữa một gốc chanh
tôi hay lấp ló đứng canh rất thường
canh giờ đi học đến trường
tôi đây rón rén đo đường dõi theo

áo dài lộ chút vòng eo
nhìn vuông da thịt tôi teo hết người
nuốt nước miếng ráng chờ thời
sau này chồng vợ ông trời cũng cho

soi lòng cảm thấy lo lo
tuổi nàng còn trẻ tôi so hơn mười...
thời gian chẳng phút biếng lười
tình yêu đeo bám những mười tháng trôi

nhớ hoài cái nụ hôn môi
lần đầu quá đã ôi thôi nhớ hoài
hôn môi mà lại dính thai
trời ơi thôi chết phải bay về trình

thế là tính tính tình tinh
hai nhà gấp rút linh đình tiệc vui
bây giờ nhớ lại chưa nguôi
nhìn nàng tôi nói: tối thui nghe bà?


tối thui là cái thật thà
tối thui mật mã để ra nhóc tì
nàng cười nhỏ nhẹ nhu mì:
anh vô trong trước... em thì sau lưng...

tối thui... xin tạm bút ngừng
tôi vô hưởng cái đã từng yêu thương!

# em thêm tuổi
# cho đời ta có lỗi
*(Mừng sinh nhật vợ tôi: Thánh Nữ!)*

em thêm tuổi ta già đi một tuổi
tình chất chồng năm tháng mãi như xưa
em thêm tuổi ta vẫn còn nông nổi
cũng ghen trời xen lẫn với ghen mưa

em thêm tuổi nhưng tình không luống tuổi
tuổi ngự đài sen, tuổi chúng mình
em thêm tuổi ta vẫn hoài đeo đuổi
một dáng ngài thánh nữ tỏa lung linh

em thêm tuổi giữa ngàn hoa mới nở
ta ngậm lài thơm ngát quyện môi em
em thêm tuổi thêm đời ta mấy thuở
thuở của nghìn năm thuở đắm chìm

em thêm tuổi cho đời ta có lỗi
lỗi của tình ta dẫm xế chiều
em thêm tuổi thôi rồi ta đứng tuổi
tuổi tự ngàn xưa tủi đủ điều…

## mưa gào lòng cũng gào theo

mưa đêm cất một tiếng rào
làm tôi tỉnh mộng cũng gào theo mưa
giận mình hỏi nắng ban trưa
đi đâu lại để đêm mưa kéo về

giống như em mất lời thề
đem đi cái nắng phu thê của mình
mưa buồn đổ giọt điêu linh
nắng em nung chảy chén tình tôi thương

giờ tôi một cõi miên trường
cô đơn ngã bóng trên giường cô đơn!

## chết trong một chỗ
## khôn ngu cũng thèm

em ngồi ném cái lẳng lơ
vào đôi mắt khát khao vờ đong đưa
nửa môi nhếch mép cù cưa
nửa ta chết lặng chẳng thưa mà rằng

lòng ta chú Cuội khô cằn
bỗng nhiên thấy một chị Hằng trên tay!
kể từ ta cứ loay hoay
ôm hôn từ độ đến nay đã đời

hôn từ ánh mắt sao rơi
hôn thơm khứu giác chẳng nơi nào thừa
tay nâng nắng gởi vào mưa
phủ em một lớp thượng thừa yêu thương

dẫn ta vào cõi vô thường
xé toang ngực áo kiếm đường nghỉ tu
và xin làm kẻ tử tù
chết trong một chỗ khôn ngu cũng thèm

## theo ta về chỗ
## mười lăm tuổi ngồi

từ em - xin cám ơn đời
lạ thay! bỗng thấy đất trời nở hoa
em về - thảng thốt - kiêu sa
vòng eo quyến rũ treo tà áo bay

thật không? dáng dấp hình hài
phải rồi! mắt phượng mày ngài tiểu thư
ừ thì nhan sắc vô ưu
tu hoa - lạc nhạn - trầm ngư – nguyệt chìm

cả tỉ người... sửng sốt – im
riêng ta lót cả con tim làm đường
mở lòng trải thảm yêu đương
đón em từng bước chân hương thơm lừng

nụ hôn dõi gót ngập ngừng
luồn theo ngọn gió môi hừng hực trao
vòng tay tưởng tượng khát khao
ôm em ướp mật ngọt ngào thịt da

đan từng lọn tóc thướt tha
vào trong mười ngón thèm tha thiết thèm
mượn tình gởi hạt thương đem
tương tư hạnh phúc bên em nẩy mầm

từ em - thế kỷ trăm năm
theo ta về chỗ mười lăm tuổi ngồi!

## tỉnh dậy giùm đi sỏi đá ơi

cắn hai đầu ngực mình không được
đành lấy tay cào cũng sướng run
sướng chưa cái tự mình ban phước
đòi hỏi làm chi kẻ tháp tùng?

mở mắt tôi ra hỡi các người
lòi tròng té nổ cũng là tôi
còn hơn hai mắt trừng trừng mở
mà cũng mù tăm tối cả đời!

thỉnh kinh tam tạng về tây trúc
thêm có tề thiên bảo hộ mình
riêng tôi đi kiếm từng hạnh phúc
lại rớt từng trang bản tử hình!

tôi ôm thánh giá tìm chân Chúa
hỏi Chúa vì sao phải nhục hình?
Đức Mẹ Đồng Trinh còn phải hỏi:
hãy thử treo mình tự đóng đinh!

cuộc đời có phải quân ăn cướp?
lấy hết tháng ngày... lấy trắng tay
sao không gom hết thời gian lại
để được yêu thương chỉ một ngày!

những chuyện bên mình chưa cũ lắm
chừ nghe xa lắm hận nghìn năm
khinh bóng thời gian đi quá chậm
phải đạp lên miền quá khứ câm!

nằm chờ những cái chưa tan chảy
để biết cuộc đời chẳng đợi ai?
hãy ôm tôi nhé dù không thực
cũng cảm ơn đời giả dối ơi!

bó ngồi ôm mảnh buồn cô độc
nghĩ chuyện ngày xưa bỗng khóc ròng!
bàn tay quá khứ rơi từng ngón
rớt xuống mộ phần cái hư không!

trời ơi con sóng vồ thân cát
bỗng vụt quay về với bể khơi
tình ái đời tôi nào có khác
người đến rồi đi mất hút đời!

đừng để hai lòng thành kẻ địch
nụ cười giết chết mọi thương đau
đừng để trái tim thành phế tích
mở hồn hóa giải mọi hư hao!

lòng đêm nhịp xuống từng hơi thở
trăng khuất bên hồn sáng mỏng manh
đời ta cầm trái tim dang dở
ném xuống tàn hư mộng chẳng thành

nhìn đi thế giới còn ngái ngủ
mỗi sáng bình minh chẳng mặt trời
nhìn lại những niềm đau đớn cũ
thật thấy đời mình khó nghỉ ngơi!

chờ tôi ảo mộng yêu thương nhé
tỉnh dậy giùm đi sỏi đá ơi!

## xin da áo thịt
## nợ nần bám nhau

ta xin làm chiếc áo dài
để ôm thân thể em đài các hoa
phất phơ lãng mạn hai tà
đưa em về phía nguy nga hồn vàng

đường hông chẻ kín dịu dàng
thắt lưng hấp dẫn mịn màng eo tiên
giống hai má lúm đồng tiền
nửa che nửa hở trên miền ăn năn

dìu em guốc mộc tung tăng
gót thơ thẩn bước gót giăng mắc tình
trần gian con mắt rập rình
nhìn em tim bỗng thình lình nhịp rơi

vòng ngực quyến rũ đất trời
mây ngơ ngẩn đứng gió lười lặng im
tất cả đều đã đắm chìm
vào trang nhan sắc đảo điên... nữ thần

ta xin một chút mưa gần
để da áo thịt nợ nần bám nhau!

## mỗi thời mỗi một phiêu bồng khát khao

em từng cởi bỏ xiêm y
từ khi tấm bé đến khi lấy chồng
hai thời khắc... hai nỗi lòng
mỗi thời mỗi một phiêu bồng khát khao

ấu thời chẳng hỏi tại sao
cởi ra rồi lại bận vào... thế thôi
nụ cười rạng rỡ trên môi
quần tươm tất áo chẻ ngôi tóc thề

ngây thơ thiếu nữ chỉnh tề
lòng hoa bướm mộng hồn kề cận bay
bình yên chân duỗi thẳng ngày
tháng năm lộng lẫy hình hài lớn nhanh

lấy chồng cởi bỏ tuổi xanh
cởi mong manh áo cởi lành lặn trao
lâng lâng đón đợi ngọt ngào
đón thương yêu đến bám vào thịt da

nụ hôn ngây ngất đậm đà
khép mi mắt lại xóa nhòa tuổi thơ
bắt đầu trải rộng giấc mơ
từ trong thao thức dại khờ khổ vui

ngày xưa cởi áo quần... cười
lấy chồng cởi áo quần lười... bị la!

# mắt trao lát ớt
## cay thời mới yêu

chào em con cá điêu hồng
bát canh rau ngót vợ chồng húp chung
những khi mặn nhạt cũng cùng
hòa theo chén đũa khua tung nụ cười

mâm cơm riêng chỉ hai người
mắt trao lát ớt cay thời mới yêu
nước chấm hôn nụ cưng chiều
nồng thơm nóng bỏng nêm liều lượng môi

nhường nhau miếng nạc tinh khôi
nhâm nhi cắn giữa ngực chồi nhụy hoa
cọng hành mùi mẫn ngang qua
vòng eo tuế nguyệt mượt mà lưng ong

cải mầm uốn nửa đường cong
kéo dài xuống tới nỗi lòng khát khao
khoan thai thưởng thức ngọt ngào
nghe từng hương vị thanh cao tuyệt trần

bỗng nghe bàn ghế bần thần
run lên hạnh phúc mỗi lần gắp trao!

## lên trời kiếm gặp Tố Như

leo lên lưng cõng... đi chơi
theo ta hái chữ trên trời lãng du
trần gian quanh quẩn đui mù
thơ thum thủm thúi ao tù vỗ tay

hoan hô lục bát thiên tài
thất ngôn tứ tuyệt, đường bay lẫy lừng
ưỡn người vỗ ngực tự xưng
vần ho sặc sụa điệu tưng tửng cười

so hình thấy bóng tả tơi
tưởng phong cách ấy cuộc đời thi nhân
tóc râu lẫn lộn bất cần
mười năm tắm gội phong trần... dữ chưa?

nợ nần bán gió trăng đưa
lấy mây lãng mạn lấy mưa gió trừ
lên trời kiếm gặp Tố Như
xin ông mấy khúc ngôn từ Nguyễn Du

trăm năm ông bảo: đồ ngu
chữ tài chữ mệnh mối thù ghét nhau
trải qua chẳng cần bể dâu
mấy "thằng thi sĩ" tự trau chuốt hình!

*Sỹ Liêm* © 69

## yêu thầm

suy tưởng gì đây hỡi người em
trên chiếc cầu treo giữa sông êm
buồn thương nuối tiếc hay hờn giận
một khối tình riêng giấu trong tim.

thầm yêu trộm nhớ mắt thanh tân
từ ấy đời tôi vướng bụi trần
mạch nguồn thi sĩ tuôn trăm hướng
ướp chữ vào trong nét đẹp thần.

tôi viết cho em cả nỗi lòng
của người lữ thứ giữa trời đông
gió bay lặng lẽ, mây buồn bã
một góc riêng mình nổi bão giông.

tôi trở về ru một nét yêu
từ trong thinh lặng giữa lòng chiều
chân kéo đơn phương từng bước nặng
một hình, một bóng, một cô liêu.

muốn nói cho em hiểu tấc lòng
ngại ngùng cứ ngỡ sẽ rằng không
không thương, không tiếc, không hờn giận
chiếc lá xuôi dòng chảy về sông.

tôi gởi về em mấy vần thơ
rồi mai tôi chết giữa bụi bờ
xin em một chút hương thương nhớ
cho ấm hồn côi kiếp bơ vơ.

## quay lại em

quay lưng cõn bọt với đời
vòng ba tròn lẳng khép nơi ta vào
ngại gì không ném chiêm bao
vào trong giấc ngủ của nhau một lần

cặp hoa lưng khuất hồng trần
dung nhan chắc hẳn thanh tân mấy mùa
xoay lại em để hơn thua
đẹp xấu ta cũng chanh chua cận kề

tắt đèn phố thị như quê
nhà tranh vách lá giường kê riêng nằm
chẳng thà một phút lỡ lầm
còn hơn ta mãi âm thầm nhớ nhung

đưa nhau đến chốn tận cùng
cho trời đất ngã tháp tùng yêu thương
lần theo nóng bỏng làn hương
rà theo thân thể hơi vương xuống dần

hình như vướng chút nợ nần
chính hai bầu ngực xuất thần cong ngang
hai tay bám cổng thiên đàng
nụ mơn trớn ngọt nụ ràng buộc thơm

vòng một vòng xuống eo ôm
vòng ba thấp thỏm tiệc xôm tụ mời
từ đây thân xác rã rời
hai ta quên đất lẫn trời sướng chưa?

## cành nghiêng ngả nhánh
## em chao cánh chuyền

em theo con sáo sổ lồng
bay qua cành bưởi đổi lòng bỏ chanh
nỗi buồn chua chát năm canh
giường khuya kẽo kẹt chòng chành nỗi đau

hồn trèo lên tận cây cau
ngó sang cành bưởi lệ trào chực tuôn
từng giọt nhỏ xuống ruộng nương
trôi theo dòng nước tang thương hững hờ

ánh trăng vàng trải lững lờ
soi bờ đê cũ dại khờ ỷ y
đường tình nghèo khó... lâm ly
bàn chân vấp phải củ mì té lăn

bàn tay chẳng quản nhọc nhằn
chống lên đứng dậy phủi thăng trầm... cười
để đời em mãi xinh tươi
cùng tôi bên cạnh đất trời có nhau

chẳng ngờ cây bưởi ven rào
cành nghiêng ngả nhánh em chao cánh chuyền
vàng chanh lá rũ ưu phiền
bật tung gốc rễ lời nguyền trăm năm

em theo mới... bỏ chỗ nằm
tàn hương chăn gối hơi lầm lũi bay!
tôi ngồi dụi mắt cay cay
thì ra đã khóc mấy ngày chẳng ngưng!

## cắn thêm miếng nhẹ
## đón chiều dung nhan

chiều nghiêng con nắng thở dài
em thu bóng xế xếp hình hài thôi
đi về một gánh đơn côi
chợt nghe thấy đất trời oi ả buồn

đâu rồi mái tóc nhẹ buông
vào trong kinh thánh hồi chuông giáo đường
trên đầu dấu chỉ còn vương
hai vai mang nặng người thương thánh thần

nhân danh chúa... xuống hồng trần
cho con phép lạ một lần nữa yêu
biết rằng trái cấm cũng liều
cắn thêm miếng nhẹ đón chiều dung nhan

lòng còn một chút lửa than
xin ai nhóm lại hồn tàn tạ reo
tuổi mòn vách núi cheo leo
thèm bàn tay lạ kéo trèo trăm năm

đi sai một đã lỡ lầm
bước thêm bước nữa đạp dằm... hết đau?
chẳng cần thấp... chẳng cần cao
chỉ cần một chút hiểu nhau... ráng chiều

đường tình nửa bước liêu xiêu
nửa hiu hắt đợi đón cô liêu chờ!

## xin đời tắt ngọn lửa thiêng

cho xin chút khói nhang trầm
ngửi thơm thế kỷ ta lầm lỡ sinh
và cùng trái đất lặng thinh
suỵt! im đi nhé cả hình bóng ta

phía sau cặp mắt hiền hòa
sáng choang giữa tối, ngày lòa cõi đêm
sợi hương dẫn lối lên thềm
nhón chân khe khẽ đi tìm tịnh yên

giật mình vấp phải ngửa nghiêng
một hai hạt bụi ưu phiền bám theo
hồn non núi thẳm cheo leo
bấu vào viên sỏi tận heo hút lòng

hạnh phúc nổi giận lên đồng
tung bao sầu tủi, buồn lồng lộn bay
ngẩng đầu giang cả hai tay
hứng trăm năm những tháng ngày oan khiên

xin đời tắt ngọn lửa thiêng
để ta bóng tối một riêng tư ngồi!

## sáu mươi năm
## một "hôm nay" mỗi ngày

mấy ngày không nắng chẳng mưa
trời âm u nhắc chuyện xưa cũ mềm
chuyện tình nhớ vẫn còn thèm
chuyện hai đứa trẻ - tôi - em - ngày nào

nhà em vuông vức hàng rào
trồng cây dâm bụt nằm trào hai bên
ba em tên ông Hai Lên
má em con mụ Tư Bền... xóm kêu

tên em thấy ghét: con Khều
dáng thon nhỏ xíu nhưng đều... dễ thương
nhà tôi chẳng phải chung tường
nhưng chung mảnh đất hai vườn ngăn đôi

thích em nhất cái cặp môi
cong cong vênh vênh như đòi ai hôn
nói vậy thôi... chứ liệu hồn
đụng vào cái máu du côn... chửi liền

bầu má hai lúm đồng tiền
mỗi khi cười nói bật duyên chết người!
tôi – em ngang tuổi cùng thời
học chung một lớp chẳng rời - có nhau

trường làng rẽ lối hương cau
bờ đê ruộng lúa nghiêng chao nắng vàng
hai đứa sóng bước nhịp nhàng
hồn thơ ngây trải mịn màng gót chân

rạch, sông, dừa nước, hàng bần
lượn quanh uốn khúc thoảng gần thoáng xa
đường quê như một món quà
tặng hai đứa trẻ tim hòa nhịp chung

thời gian cơm thổi lớn cùng
em ra thiếu nữ nhất vùng đẹp xinh
tôi nào kém... lại thông minh
bao nàng mơ ước ao nhìn tương tư

nhưng tôi học cách hiền từ
yêu thương chỉ một tiểu thư: con Khều
nụ hôn minh chứng sáng chiều
hai bên cha mẹ đều đều gặp nhau

để rồi mâm cỗ trầu cau
bước qua mấy bước rước dâu về nhà…
em – tôi nay đã ông bà
cháu con lủ khủ sống hòa thuận vui

sáu mươi năm cất nụ cười
đầy trong chăn gối từ thời đắm say
em – tôi chẳng có ngày mai
sáu mươi năm một " hôm nay " mỗi ngày

bài thơ tôi chép hơi dài
hình như chưa đủ thương hoài ngàn năm
trên giường bệnh viện khóc thầm
mắt len lén lệ hồn cầm cự đau

mai này tôi có ra sao
bà ơi! tôi nguyện kiếp sau chờ bà
trước khi chết ráng chồm qua
hôn bà một cái thiết tha… mặn nồng

cám ơn năm tháng vợ chồng
bà cho tôi những phiêu bồng… cám ơn!

## chỉ một lần thôi đủ vĩnh hằng

anh cất tình yêu của chúng ta
vào trong một cõi rất ư là
trang trọng từ khi mình bí mật
hôn nhau đắm đuối chiều hôm qua

cõi ấy đố em biết cõi nào
chính là một cõi tự chiêm bao
từ lâu anh đã hằng mơ ước
khe khẽ kề môi áp miệng vào

em thân quyến rũ hấp dẫn cùng
anh tìm lộng lẫy bàn tay run
từng ngón chia nhau mười ngả ngón
nối miền hạnh phúc đến mê cung...

bay bổng lên trời níu ánh trăng
kéo ngàn tinh tú ngập hồn căng
tràn mây hơi thở đầy hương gió
chỉ một lần thôi đủ vĩnh hằng!

anh cất dùm em những dại khờ
và chép từng dòng những mộng mơ
em như trang giấy nằm trong sách
mỗi một tờ sang mỗi bất ngờ

đã sẵn sàng cho chuyện khát thèm
có từ tiền kiếp độc riêng em
ngày mai sẽ lén đời sau nữa
lẳng lặng trở về lật ngửa... xem!

## không sao dỗ được
## hồn bình lặng – yên

em về cắn hạt tương tư
dập môi chảy máu miệng từ tạ yêu
cô đơn chia nửa sáng chiều
nửa vào đêm tối khuya tiều tụy chăn

con tim lỗi nhịp trắc bằng
tình suông bỏ điệu thay vần đổi câu
chữ thương mất chữ T đầu
làn hương lạc nẻo ướp sầu nhạt phai

em cầm chữ H hất tay
bàn ương thối rữa ngón say đắm mòn
cong mình nén hết nỉ non
vào dòng lệ chảy lăn tròn nhớ nhung

gối buồn tâm sự áp chung
má kề đối mặt tận cùng giấc đau
chầm chậm vào cõi chiêm bao
vừa thiu thiu đã nghẹn ngào bật nghiêng

trườn mình thắp ngọn đèn điên
sáng choang kỷ niệm hiện nguyên bóng hình
nhắm mắt lại... chẳng dám nhìn
nhưng không dỗ được hồn bình lặng - yên

em nằm cắn hạt ưu phiền
vỡ đôi lớp vỏ nát nghiền trăm năm
người đi, đi mãi lặng thầm
em theo dấu vết ngấm ngầm... dõi theo!

## tương tư từ thuở
## tuổi đời chớm yêu

thẳng tay chỉ mặt ông trời
hỏi bao năm nữa trăng rơi xuống trần?
để ta gặp mặt chị Hằng
xem dung nhan ấy sánh bằng Nguyệt Nga?

bao đời thi sĩ tụng ca
thổi thơ bay tận thiên hà ngẩn ngơ
ông Hàn Mặc Tử bơ vơ
bán trăng vàng ngọc giả vờ giỡn chơi

ta làm chú Cuội một thời
tương tư từ thuở tuổi đời chớm yêu
hồn treo nhành liễu sáng chiều
run theo làn gió hiu hiu thả tình

thả từng mộng ước linh tinh
vào trong đêm vắng lặng thinh ánh vàng
lòng theo cỏ nội mây ngàn
buồn che lấp ló, vui quang đãng cười

tiếc thay thân xác làm người
chẳng thần tiên phóng lên trời một phen
cây đa phủ sáng lồng đèn
giàn hoa lộng lẫy nổi kèn trống lên

Hằng ơi! đứng sát kề bên
cùng ta chú rể chung tên vợ chồng
mơ cho thỏa chí tang bồng
làm sao với được má hồng... mà ham?

bàn tay ta lỡ nhúng chàm
thì thôi lượm ánh trăng làm của riêng
Hàn Mặc Tử dưới cửu tuyền
nhìn ta nháy mắt cười nghiêng ngả: "trời!"

## từ tên điếm thúi
## cũng từ từ ngu

ta xin hủy diệt cuộc đời
để em có được nụ cười trên môi
hồn ta lãnh thổ nhường ngôi
trái tim em giữ toạc đôi kể từ

khi yêu em đến nhuyễn nhừ
từ tên điếm thúi cũng từ từ ngu!
lòng cương hoán đổi lòng nhu
phong lưu bỗng chốc nằm thu bóng hình

tất cả đều rất thình lình
từ khi có được em xinh mỗi ngày
vui từ những cái nắm tay
thơm lừng từng lóng hương ngây ngất cầm

môi khô hạn hán nẩy mầm
nụ gieo đẫm ngọt trổ trầm nụ hôn
len từng sớ thịt du côn
ngấm từng giọt máu dại khôn lỗi lầm

tình yêu em hóa thiên thần
biến ta thành kẻ tiếng tăm hiền lành
 đêm ngày chỉ biết loanh quanh
cùng em hai đứa tập tành yêu đương

cám ơn em để lòng thương
cho ta thấy chỗ mười phương phật ngồi
tim em nở nhụy đâm chồi
thân ta hoa lá phục hồi tịnh tâm

trời sanh em thỏi nam châm
đẩy ta về hướng trăm năm mặn nồng
từ yêu ta bỗng hóa rồng
mỗi đêm hoa chúc động phòng phụng loan

cám ơn em đã chu toàn
cho ta một chỗ khang trang nằm kề!

# thân ta đẫm máu đàn bà

thân ta đẫm máu đàn bà
từ trong âm hộ dâm tà sinh ra
xe đời chở những điêu ngoa
ghé buôn từng trạm thật thà bán trôn

giày cao gót nhọn tâm hồn
dẫm lên con tạo dại khôn khóc cười
hàm răng bản ngã sắc ngời
ngậm con thú tánh cắn người hôi tanh

mặt nạ nhan sắc hiền lành
úp lên hình tướng gian manh lọc lừa
đầu khô máu lạnh tim thừa
cổ cao đẩy nửa mắt đưa bạc tình

buồn cho ta phận chúng sinh
lang thang trong giới u minh cõi mù
hành trang hai chữ hận thù
mò trong ngũ giới hoang vu kiếm mình!

# hồn theo chiếc lá
# xuân thì... rụng rơi

thôi thì ném mẹ yêu thương
vào trong hai chữ vô thường... phách chưa?
cần gì gió với mây đưa
cần gì phải hỏi... đi thưa về trình?

trái tim có mái hiên tình
có công viên ghế đá bình lặng yên
có cây, cỏ, đá, hoa viền
đón ong, rước bướm, chim hiền hậu bay

thích thì thêm một bàn tay
dắt nhau vào cõi thiên thai địa đàng
nụ hôn môi khóa nhẹ nhàng
đủ vừa nhung nhớ đủ tan tác rời

ừ! buồn... chấm dứt cuộc chơi
quay về lại chốn thảnh thơi thuở nào
trên trời có vạn vì sao
tại sao ta phải khổ đau một vì?

bởi vì lòng mãi sầu bi
hồn theo chiếc lá xuân thì... rụng rơi!

## chửi cha Bá Kiến
## - nói tao: Chí Phèo

lại đây anh thả giấc mơ
vào trong đôi mắt tuổi thơ em nhìn
chẳng còn một chút lung linh
mòn sâu thăm thẳm thiếu tình thương yêu

niềm u uẩn ánh cô liêu
nỗi đen lay láy tròn hiu hỉu buồn
lại đây anh thả môi nguồn
vài ba khúc khích trên khuôn nụ cười

cuộc đời giấu mặt cúi vui
đẩy em theo sợi tơ trời lửng lơ
nương theo ngọn gió bụi bờ
mặc cho năm tháng dại khờ nắng mưa

lại đây anh thả dư thừa
mấy khoanh hạnh phúc người vừa đánh rơi
nhặt lên ôm ấp cầm hơi
chặn dòng lệ tủi thân nơi khóc sầu

lại đây anh vuốt mái đầu
hãy yên tóc rối tay cầu cạnh đây
quên đi em những đọa đày
chia anh những tiếng thở dài quạnh hiu

bình minh nắng cũng xuống chiều
Nguyễn Du còn có Thúy Kiều khổ đau
hãy cùng anh với Nam Cao
chửi cha Bá Kiến - nói tao: Chí Phèo!

## bà ba chiếc áo
## mẹ xuôi ngược về

sáng nay dọn dẹp lại nhà
mở hòm rương cũ mẹ già... bật đau!
bà ba chiếc áo năm nào
vẫn hương nếp cũ vẹn màu xanh lơ

đưa tay vuốt nhẹ thẫn thờ
ngón run run rẩy lệ mờ hoen mi
nhớ xưa đại học tuyển thi
mẹ bên cạnh sáng dẫn đi... áo này!

cầm tay, mẹ nói rằng đây:
màu xanh hy vọng sẽ lây đến trường
vuốt đầu trút hết tình thương
lên trên mái tóc chửa sương gió nhiều

hồn tôi nghe tiếng sáo diều
từ trong lòng mẹ thả đều bước chân
năm ấy tôi đỗ toàn phần
bước vào đại học... mẹ mừng khóc vui

chẳng ngồi... đi tới... đi lui
vào ra tủm tỉm mắt tươi xinh cười
cha tôi đã mất từ thời
khói nhang bay tỏa gởi lời hương thơm

quang chè mẹ gánh kiếm cơm
nhắc tôi nuôi dưỡng chiều hôm sinh thành!
chim non chuyền nhánh chuyền cành
nhờ công đức mẹ học hành cũng xong

sau mấy năm tôi lấy chồng
đưa mẹ rời chốn ruộng đồng dưỡng nuôi...
sáng nay dọn dẹp bùi ngùi
bà ba chiếc áo mẹ xuôi ngược về

xuống nhà thấy mẹ ngủ mê
đặt lưng nhẹ xuống nằm kề cận ôm!

# vết thương non

*"bây giờ Chúa ở trên cao*
*nên tình yêu cũng tan vào hư không..."*

đêm cúi xuống vết ngày đi khập khiễng
ta gục đầu lặng lẽ nỗi cô đơn
bàn tay Chúa cũng tập tánh dỗi hờn
nên giấu mất tình em trong dấu thánh

trời Sài Gòn với mùa đông không lạnh
nhưng sao nghe rét mướt đến khôn cùng
hàng ghế già ngày nào cũng run run
đưa ánh mắt đi tìm con chiên nhỏ

những ngọn đèn lung linh quanh máng cỏ
Chúa Hài Đồng nằm góc cũng buồn hiu
ta đứng đây, đứng khuất giữa lòng chiều
mặt Đức Mẹ cũng phiền theo dương thế

bản thánh ca cất sầu theo một thể
đưa ta về nhận lại vết thương non
đêm giáng sinh hằn vết dấu chân mòn
đạp lên xác mối tình trong lũng tối

cây thập tự đóng lên miền hấp hối
những vết đinh rỉ sét tận tâm hồn
trong hang đá hình như cũng đang chôn
những kỷ niệm sót nồng thơm dĩ vãng!

## lạc nguồn tâm kinh

người ta mang Phật hiếp dâm
bẻ cây thánh giá lạnh căm giết người
niết bàn vỡ ối hư thai
bồ đề rỉ máu hình hài Chúa đau

lòng nhang hồn khói hư hao
chuông nghe tiếng mõ ho lao cõi thiền
sự đời lật ngửa - ngửa nghiêng
bàn tay đập nát mái hiên vô thường

chúng sinh mất dấu thiên đường
lối vào địa phủ tứ phương kéo về
trên trời Chúa Phật hôn mê
trần gian ác nhuộm tào khê máu đầm

Phật Bà đánh rớt Quan Âm
mầm sen nhức nụ vết bầm nhụy tâm
thánh đường Chúa đứng lặng câm
vết đinh cứu rỗi ngàn năm rỉ buồn

chắp tay sám hối ngông cuồng
sắc không Bát Nhã lạc nguồn Tâm Kinh
phàm phu trợn mắt tử hình
Nam Mô niệm chú thần linh gục đầu

xe đời nghiền bánh nghiến sâu
từng toa đầy ắp bể dâu luân hồi.

*Sỹ Liêm* © 97

## buồn em rũ xuống hai tà

ngã em hụt bóng hiên ngoài
tình thoi thóp thở áo dài tủi thân
hai tà rã rượi thanh tân
nắng xô vạt nắng nguyên nhân từ buồn

em ngồi nức nở tay buông
phong sương thả ngón tròn vuông vức sầu
lòng đêm trở giấc canh thâu
thèm đôi môi ấm nồng sâu dịu dàng

đường tơ bến nước lỡ làng
mười hai duyên phận đục tràn gối chăn
hồn ngầm gợn sóng lăn tăn
lắc lư mất cả kiêu căng đã từng

vườn xưa cây đổ về rừng
con sâu mắc tội nên dừng cuộc chơi
em tan loãng giữa cuộc đời
tâm tư khép lại khung trời bơ vơ

người đi năm tháng dại khờ
hai con mắt đẫm theo tờ lịch rơi
đau thương không thốt thành lời
áo dài trắng liệm một thời học yêu…

## khóc... òa

lỡ ăn trái cấm của người
tự nhiên tôi bỗng biếng lười đi hoang
quanh đi quẩn ở địa đàng
một hai bầu ngực đầu hàng chính tôi

cái hôn tự phát trên môi
cái nhung cái nhớ sinh sôi tận cùng
rải thơ lục bát lung tung
làm tình hai chữ thủy chung miệt mài

em thơm tinh khiết từ ngoài
ẩn vào lục phủ hương lài vào trong
cho nên thơ bế thơ bồng
buông ra sợ mất rồi lồng lộn lên

biết ai thưa kiện bắt đền
biết ai thay thế nằm trên để mà
thương yêu từng khoảnh ngọc ngà
từng vuông da thịt hít hà đê mê

nhiều khi như kẻ nhà quê
lên thành xuống thị không phê không về
cả đời rất sợ em chê
cho nên xương cốt giờ lê lết: òa!

## anh vẫn còn em ở cuối năm

anh chính hình em của bóng ngày
dõi từng nhịp thở lá chân bay
cành thân lãng mạn run theo gió
mắt biếc môi non tóc mượt dài

cỏ dại yêu tròn lấy thịt da
rêu phong anh phủ xuống thân ngà
thân trần nghiêng ngả theo tâm bão
khoái lạc trầm hương đất vỡ òa

ngực núi đùi thơm tận suối nguồn
lưng đèo eo thả dáng mây tuôn
môi ngon về nẻo cong huyền bí
rừng thẳm chìm trong bản ngã cuồng

anh vẫn còn em ở cuối năm
mười hai tháng đợi nỗi giêng ngầm
bàn tay gỡ lịch thèm hoang dại
em xuống từng tờ mỗi ngón câm.

# lộn vần

thân cong em lắp cung đời
bắn vèo một phát rụng rời tim anh
thói đời vắt vỏ bỏ chanh
à không! í lộn vắt chanh bỏ tình

thân anh ngoài vỏ u minh
ồ không! lại lộn thông minh xuất thần
yêu em anh bỗng ngu đần
yêu em anh rất chuyên cần sớm hôm

tay nâng niu đỡ mùi tôm
trời ơi! lại lộn mùi thơm đúng là
yêu em đầu óc bỗng già
vài ba con chữ ba hoa lộn hoài

ngựa hay mới biết đường dài
thấy chưa lại lộn ngựa dài đường hay
đường dài mới biết ngựa hay
ngựa hay chưa biết, em bay mất rồi

từ em thất lạc trên môi
nụ hôn tôi khép tinh khôi nỗi buồn
em cong cung bắn tên cuồng
vần thơ từ lộn em ruồng bỏ tôi

xin lỗi tôi giả bộ thôi
thử em - sức mấy mà tôi lộn vần!

## hạt nhân từ tình

em nằm nghiêng nửa phấn son
nửa quanh ký ức ngực mòn hơi tay
cám ơn ai đã dũa mài
đã từng lang chạ hình hài tấm thân

thịt da lấm tấm bụi trần
hạt thương, hạt nhớ, hạt nhân từ tình
kính chiếu yêu lộ nguyên hình
em loài ma mị yêu tinh ngọt ngào

hương con gái hóa nhiệm màu
ướp từng giọt máu tế bào tơ non
từng trong lọn tóc bọc tròn
hơi thơm ngào ngạt bám eo thon ngà

ta hôn từng sợi mượt mà
lượn theo năm tháng la cà dáng hoa
si mê nhắm mắt mù lòa
chạm đâu cũng thấy đẫy đà nhựa căng

một thời nghiêng ngửa gió trăng
em mang trái cấm lăng nhăng gọi mời
quá khứ em nửa đường đời
làm cây hoa nở giữa trời nhụy phai

hồn ta rải nắng ban mai
bình minh hứng giữa hai tay sẵn sàng
yêu em yêu cái lỡ làng
sợi dây tha thứ tình ràng buộc nhau

lá trầu nằm giữa miếng cau
chút vôi muộn cũng đỏ au duyên phần...

# hai lòng như một cánh cung

ông trời cởi áo tứ thân
để cho đất thấy mây vần vũ bay
vầng dương tỏa ánh ban mai
và đêm nguyệt tỏ tình ngây ngất vàng

dòng sông cõng chiếc đò ngang
chòng chành vì có ta nàng bên trong
hai tay ta cũng đèo bồng
theo trời bắt chước cởi xong áo ngoài

nàng nằm nhắm mắt liêu trai
ta theo từng nụ hôn say đắm cùng
hai lòng như một cánh cung
cong theo từng nhịp tim run rã rời

đêm dài chẳng ánh sao rơi
ta nàng có một rụng rời yêu đương
ngoài đồng cất tiếng ễnh ương
chắc là chúc phúc dễ thương ấy mà

hay là đồng lõa cùng ta
át đi những tiếng xuýt xoa mặn nồng!

## riêng hai

không dưng chưa biết lại gần
chưa yêu đã thấy rất cần có nhau
 ta nằm mơ trước ngủ sau
em về đọng giọt chiêm bao mỗi ngày

gối thơm đổ bóng gối dài
ôm thương xiết chặt hai tay vào mình
nụ hôn khe khẽ tượng hình
hương đêm theo ánh trăng tình chật môi

hồn mầm vỡ vạc sinh sôi
từ trong thân thể tinh khôi dậy thì
nghe nhịp tim đập diệu kỳ
hình như khoái lạc cuồng si gọi mời

không kiềm chế nổi… buông lơi
mặc cho từng giọt thốt lời nghiễm nhiên
em - ta chẳng gặp bỗng ghiền
chẳng yêu thương chẳng lương duyên cõi nào

ướt đầm trong giấc chiêm bao
từng đêm rộng cửa ngõ vào thiên thai
một mình nhưng rất riêng hai
ngày mong sẩm tối nằm ngay ngắn chờ

em về sâu thẳm trong mơ
cùng ta gom hết những khờ khạo yêu…

## thèm kêu tiếng mẹ
## sinh sôi từng ngày

mẹ thêm bước nữa theo chồng
bỏ ba lạnh lẽo giữa dòng phu thê
song thân đánh mất lời thề
ngày xưa hứa hẹn đi về có nhau

gối chăn gãy nửa buồng cau
chiếu giường xếp lá trầu xao xác màu
hai cha con khóc nghẹn ngào
nhìn theo bóng mẹ hận trào đắng môi

nửa vai gánh phận mồ côi
nửa vai còn lại thiếu đôi sinh thành
mẹ đi hai mắt long lanh
quay lưng bỏ lại nhà tranh gác nghèo

ba tôi thành gã Chí Phèo
đêm say ngày sỉn chống chèo nuôi tôi
còn tôi trông đứng trông ngồi
mẹ quay trở lại tinh khôi một nhà

đông tàn tiếp nối xuân qua
cây mai trước ngõ đơm hoa mấy mùa
dòng đời xô đẩy ganh đua
tình yêu ba đã già nua mất rồi

phần tôi vẫn cứ bồi hồi
thèm kêu tiếng mẹ sinh sôi từng ngày...

## ví dầu tình bậu muốn thôi

về đi anh... thôi đừng về
đừng bỏ em lại bên lề yêu thương
ở lại đây... để tỏ tường
tình em đã hết đoạn đường quay lui

vai đời đầu gánh nỗi vui
phía sau quẩn gánh ngậm ngùi chia phôi
anh ơi bình tĩnh... hãy ngồi
cho em xin lỗi đua đòi có anh

biết rằng hạnh phúc mong manh
nhưng em cũng ráng dỗ dành chắt chiu
hai bàn tay bỏng rát nhiều
những khi anh giận bởi chìu chuộng em

làm thân con gái vốn thèm
vết thương hờn dỗi đi kèm vết xoa
nói đi anh... hãy thứ tha
để quay trở lại hai ta nồng nàn

sao anh cố chấp phũ phàng
để em đây phải hai hàng lệ rơi
đi đi anh... khuất nẻo đời
tôi về gom lại những lời yêu xưa

trả lại anh những lọc lừa
môi thơm gian dối đẩy đưa ngọt ngào
tôi về vá lại thương đau
cô đơn hát khúc ca dao bồi hồi:

*"ví dầu tình bậu muốn thôi
bậu gieo tiếng dữ cho rồi bậu ra".*

# em vần điệu hóa thi ca

dẫu rằng em xấu như ma
chẳng sao... anh vẫn thiết tha yêu và
em luôn mãi một bông hoa
trong lòng anh nở kiêu sa từng chùm

hương thơm tỏa hóa gông cùm
nhốt anh trong một cánh rừng văn chương
con ong anh mãi nhớ thương
nhụy em ngọt lịm khác thường riêng mang

thịt da săn chắc mịn màng
kèm theo ăn nói dịu dàng có duyên
thêm cặp má lúm đồng tiền
trên hai bầu má nét tiên rất ngầm

yêu em yêu rất thâm trầm
không yêu nhan sắc trăm năm cũng mòn
nhiều khi em khóc nỉ non
sợ anh thay đổi không tròn thủy chung

thú thật anh chẳng anh hùng
ai yêu chẳng ước sánh cùng tây thi
xin thề anh đã nghĩ suy
chỉ em anh thấy tứ chi rụng rời

người ta chỉ đẹp nhất thời
cái tâm cái đức cả đời yên tâm
em là hoa hậu muôn năm
trong lòng anh đã sắt cầm sớm hôm

ra đường em chẳng ai dòm
nhưng anh có được em ôm tuyệt vời
cám ơn thứ nhất ông trời
đã đem em xuống cuộc đời cho anh

thứ hai xin nói ngọn ngành
chính em vần điệu riêng dành thi ca.

## không dám

anh không dám ngỏ lời yêu em nữa
sợ mưa tình ướt đẫm áo ngây thơ
anh cố gắng trong câm nín hững hờ
cho đau khổ dày vò thêm mấy bữa

anh nhìn em cả tâm hồn lần lữa
mắt điên cuồng buồn bã quá sâu thâm
em trong trắng tuổi chỉ mới cài trâm
anh sợ lắm, sợ đời là ảo ảnh

em là trăng giữa ngàn sao lấp lánh
nhẹ xuống trần vàng lối đượm thanh cao
anh là mây thân gởi gió ba đào
đời phóng đãng sống ngày đây mai đó

trái tim anh bốn mùa hoang cánh ngỏ
năm tháng dài rộng mở đón cô đơn
hình ảnh em ru giấc ngủ chập chờn
chắc anh phải ra người điên loạn mất

anh không dám ngỏ lời yêu chân thật
sợ gió tình siêu đổ mảnh vườn hoa
anh nín thở ngăn chặn nỗi xót xa
anh sợ lắm, sợ làm hoa rụng vỡ

đường em đi hai hàng me lá đổ
anh lặng nhìn suối tóc chảy mềm lưng
gió chiều thu hôn má thoáng ngập ngừng
anh chất ngất ôm ghì em tưởng tượng

bấy nhiêu đó đủ làm anh thụ hưởng
dù sau này vĩnh viễn phải xa em
anh vẫn sống bằng ký niệm êm đềm
nếu có chết giữa bụi bờ cũng được

anh không dám sợ em cười từ khước
chắc lòng buồn sẽ dậy sóng lao đao
đời con trai chấp nhận ngàn thương đau
nhưng em ạ! anh sẵn sàng câm lặng

anh cô độc đi vào trong ngõ vắng
bước lơi dần ngạo mạn trước nhà em
hồn đắm say chân đếm dẫn bậc thềm
thôi em ạ! anh sợ đời nghiệt ngã

anh không dám, biết rằng trong vội vã
gió mưa tình nghiêng ngửa dáng thơ ngây
em là trăng, anh vẫn mãi là mây
này trăng ạ! mây về thôi không dám...

## Việt Nam mẹ góa
## lắm chồng... khổ con!

giá đời không có Nguyễn Du
đoạn trường chẳng có mặc dù tân thanh
giá không có cuộc chiến tranh
các anh đâu có vô danh nấm mồ

bên thắng cờ phất tung hô
người thua cờ rũ hồn cô độc nằm
nồi da xáo thịt bao năm
cũng chung lòng đất mẹ bầm dập đau

những liệt sĩ... những anh hào
nhân dân ở lại... đồng bào lưu vong
máu đã chảy lệ thành sông
hận thôi yên ngủ thù trong giặc ngoài

vết thương tổ quốc kéo dài
bình tâm thử hỏi đã hài lòng chưa?
vòng tay đất nước xin thưa:
hài đầy rẫy có... lòng thừa thải... không!

Thúy Kiều phận gái long đong
Việt Nam mẹ góa lắm chồng... khổ con!

## ta về chuốt lại tấm thân!

ta ngồi chuốt lại yêu thương
thấy mòn gần hết thịt xương của mình
chẳng qua còn chút bụi tình
bay vương vãi kiếm bóng hình lạc nhau

ta ngồi chuốt lại hư hao
thấy trăm năm chẵn tiếng gào thét yêu
vọng từ tâm thức cô liêu
đến từ hiu quạnh sáng chiều đón đưa

ta ngồi chuốt lại môi xưa
thấy trong quá khứ dư thừa nụ hôn
đem về tẩm liệm cất chôn
vào trong cõi nhớ góc hồn nghĩa trang

ta ngồi chuốt lại hiên ngang
thấy bao hờn tủi muôn vàn bủa vây
lệ chưa rơi khóc đã đầy
mắt chưa kịp ướt tròng ngây dại mờ

ta ngồi chuốt lại ước mơ
thấy rơi ác mộng từng giờ chiêm bao
giật mình giấc ngủ còn đau
trái tim uất nghẹn đã bao nhiêu lần?

ta về chuốt lại tấm thân
thấy ta muôn thuở nợ nần khổ treo!

## xác thân ngọt lịm trái cây bốn mùa!

em chèo lục bát ca dao
vần căng vú sữa điệu ngào ngạt hương
ánh trăng lót ổ làm giường
đêm thong thả gió mây đường đột ôm

vỏ lòng tua tủa chôm chôm
hồn trong trắng muốt thịt ngon lựng trời
da thơm hoa mận gọi mời
môi ong bướm lượn xuân ngời nhụy say

lông mày lá liễu phượng bay
mắt đen hạt nhãn đậm dài mi cong
dung nhan lúa trổ đòng đòng
hơi non nõn ngát ruộng đồng mỹ nhân

búp măng mười ngón thiên thần
cẳng thon bắp chuối kéo căng cặp đùi
sầu riêng chẳng có... chỉ vui
hàm răng bắp trải nụ cười quanh năm

cổ cao trái cấm chẻ cằm
vầng vai nhật nguyệt ngấm ngầm khát khao
em về nhận lễ trầu cau
cho ta thưởng thức mâm cao cỗ đầy

tuyệt vời con gái miền Tây
xác thân ngọt lịm trái cây bốn mùa.

# hồn ta ác quỷ, tâm sám hối!

nặn óc xoay tròn đỉnh trí câm
hồn chôn huyết lệ... huyệt thăng trầm
tim bia tưởng niệm cho phần xác
nghĩa địa trong lòng gió rét căm.

ta đã vào trong ngưỡng phật đường
hay còn đứng trước cổng mười phương
lá đa rũ bóng mờ tâm thức
tục lụy ăn mòn mỗi lóng xương.

hạnh phúc khai từ tri giác ta
bởi sanh dục vọng... nẩy dâm tà
niết bàn đâu xót thân lưu lạc
Phật ở trong lòng... ở rất xa!

địa ngục ngươi là... bộ ngực em
môi hôn chưa ngọt, lưỡi chưa mềm
ngón rên khe khẽ vừa nghiêng chạm...
Chúa bỗng hiện hình, thánh giá im!

gục đầu ta ném khổ muôn nơi
bão xé tâm can, bể phận người
hồn ta ác quỷ, tâm sám hối
buồn hãy về đi chớ gọi mời!

## tìm em nối lại
## cuộc chơi suối vàng!

trở về thăm lại người xưa
thấy tôi cũ rích tóc lưa thưa còn
mắt đi sáng ở Sài Gòn
chiều qua tỉnh lỵ mi mòn lim dim

trên cành vú sữa chú chim
đang thiêm thiếp - dậy - kêu chiêm chiếp mừng
chỗ này tôi cũng đã từng
nắm tay người ấy nhảy tưng tưng cười

một thời tuổi trẻ trời ơi
ngây thơ vui lắm chẳng nơi gởi buồn
bao nhiêu kỷ niệm trào tuôn
từ trong ký ức cuống cuồng chảy ra

hình bóng trẻ mãi không già
vẫn y nguyên vẹn chưa nhòa nhạt lem
người ấy luôn mãi là em
em là cô gái hom hem nhất làng

dung nhan không hẳn nữ hoàng
cũng hơn xóm dưới mấy nàng đẹp xinh
tóc dài suối thả minh tinh
hai chiếc răng khểnh lung linh trắng hàm

nốt ruồi đính miệng ăn tham
hèn chi cóc, ổi, xoài, cam chẳng chừa
tôi thường đội nắng đạp mưa
trèo cây hái trái, leo dừa té đau

mỗi lần em hỏi: có sao?
tôi cười giấu nỗi xước cào thịt da
em nhìn chẳng chịu bỏ qua
lấy tay vuốt vuốt xoa xoa nhíu mày

tình cảm theo tháng năm ngày
tôi - em đã có nụ dài hôn môi
yêu thương trông đứng trông ngồi
đi đâu cũng thấy bồi hồi nhớ nhung

chiến tranh nổi khắp miền vùng
tôi theo nghĩa vụ tháp tùng binh đao
hai cặp mắt tình chen nhau
khóc tơi tả khóc nghẹn ngào phân ly

hứa hẹn hai đứa cùng quỳ
thề non hẹn biển vu quy trở về
bom đạn khói lửa cận kề
chia nhau sinh mạng em thê thảm lìa

khăn tang nức nở đầm đìa
tôi trong quân ngũ nửa khuya giật mình
hôm nay chống gậy quang vinh
về thăm nấm mộ người tình năm xưa

nén nhang run rẩy gió đưa
hương bay lên mấy tàu dừa lắc lư
bùi ngùi nhắm mắt riêng tư
thấy hơi ấm cũ ôm từ phía sau

mấy chục năm tưởng hôm nào
tôi - em còn trẻ tuổi chào đón xuân
tôi nay thất thập ngũ tuần
lai hi thiên cổ sắp tuân mệnh trời

mong ngày lụn tắt tàn hơi
tìm em nối lại cuộc chơi suối vàng
chắc em cũng đã sẵn sàng
gặp tôi sướt mướt hai hàng lệ rơi!

## luân hồi trở lại sống lừng lẫy hơn!

bỗng nghe cái tuổi thiếu thời
lui cui về chỗ ta ngồi hôm nay
đồng thời có gió hương bay
thơm phưng phức gợi nồng say ảnh hình

dòng sông ký ức gập ghềnh
thuyền ngây thơ đậu chồng chềnh nhớ thương
bến bờ năm tháng còn vương
ngày theo con nước đêm trường biệt tăm

thời gian xuôi ngược dấu dằm
mái chèo từng nhịp khua ngầm tử sinh
mấy mươi năm ngắm lại mình
thấy ta bờ cõi rộng mênh mông sầu

ngựa nản còn biết vó câu
riêng ta chẳng hiểu bể dâu chốn nào
chân trời góc biển mưa gào
chân ta đi mãi chênh chao phận người

vành môi đỡ lấy nụ cười
chẳng qua nước mắt hết thời nỉ non
cuộc đời trét phấn tô son
thay khuôn mặt nạ giấu tròn giấc mơ

con tim cứ mãi dại khờ
chìu theo lồng ngực đập chờ đợi ngưng
chết cho thác đổ về rừng
luân hồi trở lại sống lừng lẫy hơn!

## em tung cánh nhạn bỏ bần cố nông

em đi cái cũ còn nguyên
mới tinh có chỉ để thuyên giảm sầu
người xưa cởi áo qua cầu
riêng em cởi hết tình sâu mặn nồng

gió bay chìm xuống đáy sông
nhấn ta hai chữ vợ chồng tách đôi
nỗi buồn ngoi ngóp trên môi
bờ xa tít mãi hồn trôi dật dờ

giữa dòng lệ chảy bơ vơ
thấy trong lòng nước giấc mơ ngộp dần
trời cao đất thấp mây tần
em tung cánh nhạn bỏ bần cố nông

đường quê khóc nẻo ruộng đồng
nắng thoi thóp thở lăn long lóc buồn
mái nhà dột nát tình suông
cổng rào giậu đổ bìm buông bỏ nghèo

chẳng còn gì để em leo
còn chăng một chút chèo queo tủi hờn
đêm đêm giấc ngủ chập chờn
nhớ em tim buốt từng cơn... sụt sùi!

## em về bán lá diêu bông

em đi bán cái đàn bà
tôi theo lẽo đẽo mua hoa bón tình
cầm tiền vá lại tiết trinh
thấy thơm xác thịt ngắm xinh đẹp về

em đi bán cái nằm kề
tôi theo mua hết những lề thói hư
cầm tiền em chuyển đổi từ
một cô gái điếm... tiểu thư nữ hoàng

em đi bán cái dịu dàng
tôi theo mặc cả khẽ khàng cũng xong
cầm tiền em vội lấy chồng
ngày đầu chăn gối má hồng thơ ngây

em buôn bán xã hội này
tôi mua hết những đọa đày quê hương
cầm tiền em rải tình thương
dọc theo tổ quốc nhiễu nhương khóc ròng

em về bán lá diêu bông
tôi trông nắng vãn bên sông lắc đầu
Hoàng Cầm bán cuộc bể dâu
cửa thơ Đình Bảng váy sầu nước non!

# khát tình!

xưa nay tôi vẫn khát tình
yêu em từ thuở ta rình rập nhau
bây giờ quá khứ ho lao
hồn ho sặc sụa chênh chao cội nguồn

sắm vai chưa hết vở tuồng
màn buông rớt xuống đóa buồn nghiệp duyên
khán lòng lạc mất căn nguyên
em đeo mặt nạ diễn viên tuyệt vời

xa nhau chẳng nói một lời
đâm tôi chí tử rụng rời chân kinh!

# khát khao

ngày mai lại đến ngày mai
ngày mai chẳng biết chẳng hay ngày nào
ngày nào cũng thấy khát khao
khát môi mắt nhắm nghiêng trao đậm đà

đậm từ đầu lưỡi lan ra
lan theo mạch máu tim hòa nhịp chung
từng nhịp đập thở nhớ nhung
nhớ vòng ôm xiết tận cùng yêu thương

yêu từng sớ thịt làn hương
thương từng ngóc ngách từng đường thơm
cong
thơm cặp ngực đính nụ hồng
nụ cài búp ngọc nụ nồng nực hoa

bàn tay hoa ướp ngón thoa
thoa run rẩy thức da ngà ngủ quên
quên chăn chiếu giận gối mền
gối đầu lên chỗ chông chênh cuộc đời

em đi bỏ lại một người
một tôi đối diện hồn tơi tả hồn..

## em quay về
## tận hưởng nỗi cấu cào

em từng trải... phải không?... đừng nói dối
đôi mắt nhìn cạn kiệt ánh thương đau
trên khóe môi đã ỉm tiếng ngọt ngào
nụ cười khẩy – nhếch qua thời nông nổi

nhan sắc phai - chia - nửa đời cằn cỗi
từng nét nhăn theo năm tháng lỗi lầm
từ nắng gội dẫn qua cõi mưa dầm
em tắm mát hong khô mình luống tuổi

tình yêu đến đã bao lần buồn tủi
tay buông tay mười ngón bấu thanh tân
bao ấp ôm khôn khó được bao lần
để em biết nỗi đau nào cũng đớn

ừ chắc thế! nên hồn trăm nếp gợn
máu yêu thương theo kỷ niệm khô cằn
lòng nhấp nhô xuôi nẻo nhớ in hằn
trên da thịt muôn vạn sầu ngấu nghiến

thôi đã hết... đã qua đời thánh thiện
bước chân ngoan đạp đổ mộng thiên đường
giấc mơ xưa nằm giẫy giụa vết thương
em từng trải khóc riêng cùng cô lẻ!

có những lúc nghe tiếng tình thỏ thẻ
giật nẩy mình mới biết chuyện chiêm bao
em quay về tận hưởng nỗi cấu cào...

## cuộc tình đã chít khăn tang!

em mang phản bội theo chồng
lên thành bỏ thị xã đồng ruộng quê
bỏ anh cùng với lời thề
lên non xuống biển phu thê trọn đời

con chim tu hú vang trời
con cu cu gáy thành lời nỉ non
con đò ngậm nước sắt son
buồn theo dòng chảy siết mòn mỏi nghiêng

hàng dừa kỷ niệm còn nguyên
nụ hôn ngây dại đầu tiên tỏ tình
đôi ta run rẩy rùng mình
hai môi ngậm chặt tim thành thịch yêu

hồn bay lơ lửng nhẹ hều
nương theo ngọn gió liêu xiêu lối về
tay trong tay nắm tỉ tê
ngón cười trong trẻo, ngón mê mẩn ngầm

chân đi nhịp bước thì thầm
đường chia bịn rịn gót lầm lủi xa
phận nghèo anh bước không qua
áo chưa mặc đã rách ra mấy phần

em đi theo chiếc mui trần
tham giàu bỏ gã cù lần khóc đưa
nhìn em con mắt bằng mưa
bằng giông bão tố giữa trưa nắng nhòe

cuộc đời khoe tốt xấu che
riêng anh chỉ có chiếc ghe trốn vào
đêm nào cũng ngắm trời cao
lấy trăng làm gối lấy sao làm mùng

chia buồn muỗi xuống nằm chung
bay vo ve đốt tận cùng máu xương
có gì đâu chuyện tầm thường
từ em đi đã phong sương chẳng màng

cuộc tình đã chít khăn tang
quan tài đóng nắp nghĩa trang đón chờ
vòng tay ôm lấy tủ thờ
gục đầu viết vội bài thơ cúng mình!

# huyết lệ

ta từ vô lượng tứ vô biên
hỉ xả từ bi trốn muộn phiền
niết bàn Phật đã không cần đến
Chúa cũng buông mình thánh giá nghiêng

sao chẳng bình yên mãi thét gào
tình yêu dẫn lối đến thương đau
con đường đi mãi hoài không thuộc
nên vấp trăm lần bẫy khát khao

người bỏ theo tròn trái đất chơi
mặc trăng sao khuất rụng bên trời
vầng dương ta đã không còn lửa
tắt lặn buồn heo hút rạng ngời

người đến và đi giữa nắng trưa
chiều không lui tới hoàng hôn thừa
nửa khuya trông ngóng lòng muôn đợi
chỉ thấy màn đêm tối lọc lừa

ta nằm giẫy giụa giấc thương đau
cay đắng đầy môi cắn nghẹn ngào
bật ra trăm nỗi sầu hiu quạnh
mắt đẫm hình như huyết lệ trào!

# trái tim sẵn chỗ em ngồi

em khoan - đứng đó - đừng ngồi
để ta phủi sạch nguồn hôi hám ngày
hoa sen nở giữa bàn tay
đỡ thân em xuống ngồi ngay ngắn và

lót vào những đọt xa hoa
dành em riêng chỗ nguy nga hồn vàng
dành ta vạt nắng chang chang
đổi em trắng nõn kín làn da non

cuộc đời điểm phấn tô son
mong em lộng lẫy tuổi giòn thanh xuân
vần thơ trang trọng kinh luân
quay tơ bện tóc quanh trần vai nghiêng

nghiêm cung đánh đổi ưu phiền
ướp vào máu thịt bởi ghiền yêu em
mở lồng ngực để em xem
trái tim đá sỏi lấm lem mất rồi

chính đây chỗ mật em ngồi
lòng thơm trải sẵn hai môi chụm vào.

## ừ thui thủi sầu

cúi đầu bái lạy vong linh
cho tôi chút lửa hồi sinh sắp tàn
hồn thơ đỏ lụn chân nhang
lòng tro tắt ngúm thở than khói buồn

trái tim gõ mõ nhịp luồn
qua từng sớ thịt gân cuồn cuộn đau
yêu thương len lỏi tế bào
tìm trong mạch máu nhiệm màu khổ chưa?

dạ thưa khổ mấy cho vừa
để em hiểu được nắng mưa gió trời
nắng thoa đôi mắt môi cười
mưa gieo từng hạt mát đời em qua

gió trời bọc những nguy nga
để em hạnh phúc mượt mà thủy chung
tiếc thay em chẳng muốn cùng
tôi đi bên cạnh tháp tùng nỗi vui

ừ thôi hai chữ ngậm ngùi
riêng mình lặng lẽ... ừ thui thủi sầu!

# đêm khuya mắt liếc chỗ nằm!

trái tim em mộng hoa đường
phố mơ lộng lẫy dễ thương ngôn từ
đưa ta về chốn riêng tư
vào trong hết xảy nhuyễn nhừ khỏi chê

yêu chao nghiêng mái tóc thề
thơm ngây ngất dại bộn bề hai tay
nụ hôn cài thắm xương vai
hương đi sực nức hoa lài ngậm môi

hút mềm nhụy ngọc tinh khôi
lưỡi ngon ngọt nếm đua đòi ái ân
ngực phồng căng ưỡn thanh tân
đẩy cong thèm khát áp gần đẩy đưa

hồn giông bão đón mây mưa
từ trong nhục thể xác vừa lật nghiêng
lòng trần đốt ngọn lửa thiêng
thắp ta sáng cả lời nguyền trăm năm

đêm khuya mắt liếc chỗ nằm
thấy em quyến rũ sắc cầm giọt thương
quên đi hai chữ vô thường
cùng nhau kẽo kẹt chiếu giường lệch xô!

## sợi dây tơ xiết nghẹn ngào!

bình tâm gói chiếc bánh tình
bằng bài thơ dở dang hình trái tim
lá buồn vần điệu lim dim
nhân sầu nằm giữa hồn nêm ngậm ngùi

lòng tiêu cay xé niềm vui
xác thân muối mặn dạ thui thủi và
thêm chút cay đắng lệ nhòa
yêu thương vị ngọt ngon hòa nỗi đau

sợi dây tơ xiết nghẹn ngào
duyên xưa khép lại tâm thao thức cùng
bánh hình dáng dấp thủy chung
nhưng trong chứa đựng nghìn trùng cách xa

hình như còn chút thiết tha
vuông tròn kỷ niệm của ta với người!

## tôi ôm mặt khóc hỏi mình!

xòe tay đón lấy nỗi buồn
sầu chen lấn đẩy cuống cuồng trong tôi
trái tim rách toạc làm đôi
máu phun ướt đẫm hồn côi cút và

vết thương đầy ắp tuổi già
lòng đau như thể muối chà sát lên
cuộc đời lắp sẵn cung tên
bắn trăm ngàn mũi lên trên mối tình

tôi oan ức chịu tử hình
xuôi tay nhắm mắt lặng thinh chết dần
chỉ mong được nói một lần
mà thôi... có nói cũng ngần ấy thôi

xòe tay dọn lại chỗ ngồi
thấy trăm gai nhọn đâm chồi tử sinh
tôi ôm mặt khóc hỏi mình
mà thôi... có hỏi cũng khinh bỉ rồi!

# buồn em anh đợi
# sầu về ngất ngư!

nước sầu muỗi thả lăng quăng
em buồn đến có trăm thằng đón đưa
riêng anh chỉ biết say sưa
đắm hồn đáy cốc bọt thừa thãi yêu

mây buồn gió đến hiu hiu
em sầu đã sẵn nuông chìu vuốt ve
tiếng ve khóc cả mùa hè
cùng anh rả rích giọng khoe nỗi niềm

suối sầu có núi uy nghiêm
em buồn thay thế trái tim nằm kề
còn anh giống một tên hề
đi vui giả bộ... đường về khổ đau

cây buồn có lá bên nhau
em sầu ngón ngỏ tay khao khát cầm
còn anh thân phận con tằm
nhả tơ từng sợi lặng thầm kén thương

đất sầu có đá theo vương
em buồn chưa đợi… nỗi tương tư chờ
còn anh chết lặng thẫn thờ
vào ra như một gã khờ khạo điên

mưa sầu tạt ngược, hất nghiêng
em buồn có triệu lời khuyên vỗ về
riêng anh nhớ mãi lời thề
buồn em anh đợi sầu về ngất ngư!

# cảo thơm lần giở bằng thừa!

xuôi tay từng ngón lìa trần
bàn chân sinh tử gót lần dần đi
phù hoa lộng lẫy đương thì
phong lưu một thuở ôm ghì cốt xương

thù nào vô tận vết thương
hận nào tắt được lư hương khói trầm
quan tài lạnh lẽo lỗi lầm
ướp thân cõi tạm xác nằm lặng thinh

đi về một kiếp ba sinh
luân hồi trở lại chứng minh chỗ nào?
vô thần nói chuyện tầm phào
nhiều khi sống rất hỗn hào... hiểu chưa?

cảo thơm lần giở bằng thừa
phong tình cổ lục xin thưa cũ mèm
bây giờ chỉ một khát thèm
giết nhau vì một que kem rẻ rề

lòng người cạn nghĩa tào khê
hồn sông ác lũ lụt về trái tim!

# tưởng rằng mà lại té ra

tưởng rằng bến đậu yêu thương
té ra bờ bãi khói sương bạc mù
tưởng rằng mười sáu trăng lu
té ra vàng chửa chịu thu bóng hình

tưởng rằng tình mãi lặng thinh
té ra trong ánh mắt nhìn đã lâu
tưởng rằng nhung nhớ chưa sâu
té ra trằn trọc đêm thâu khẽ khàng

tưởng rằng gió cuốn mây tan
té ra mưa bão ngập tràn giấc khuya
tưởng rằng gối sẻ mền chia
té ra giường chiếu chậu lia thia buồn

tưởng rằng bàn bỏ tay buông
té ra ngón khéo tập tuồng lãng quên
tưởng rằng chung thủy lâu bền
té ra hai ngã đường thênh thang về

tưởng rằng em của nhà quê
té ra thành thị cận kề giấc mơ
tương rằng ngoan ngoãn dại khờ
té ra em đã đợi chờ bỏ ta

tưởng rằng mà lại té ra
té ra mới biết xót xa tưởng rằng!

# đêm nay
## phơi mảnh trăng tình đợi ai!

đêm nay phơi mảnh trăng tình
nỗi buồn cong dáng uốn hình hài đau
yêu thương căng sợi dây vào
kẹp ta thống khổ hồn gào thét câm

thu mình vào cõi tối tăm
hai tay bấu chặt vết bầm tím xưa
kỷ niệm còn chút hương thừa
chẳng qua sót lại giọt mưa cuối ngày

chính là giọt lệ đắng cay
gieo lên từng chỗ ta say đắm người
giữa em ta có một thời
da mơn trớn ngậm thịt mời gọi hôn

ngực áp ngực... từng nụ chôn
môi ngon cắn nát dại khôn đã từng
những e ấp... những ngập ngừng
mỗi giây phút mỗi thơm lừng giấc khuya

đêm nay khát vọng đầm đìa
đem phơi trăng khuyết oằn chia nét sầu...

## đan tay xin chút nợ nần

ừ thì em rất dễ thương
ta xin lót vạt trầm hương em nằm
gối ôm lụa gấm tơ tằm
từ trái tim kén kết mầm dệt yêu

đầu giường có quạt ba tiêu
quạt hai cái gió thổi hiu hiu tình
ba cái mưa xuống thình lình
tắm em mát thịt thơm hình hài da

một cái lửa tắt trong ta
sân si nguội lạnh hóa ra hiền lành
tự nhiên thành trẻ tập tành
chân đi chập chững chẳng rành nói năng

đầu óc bay tận cung trăng
hỏi xin chú Cuội chị Hằng bài thơ
tặng em lời lẽ tôn thờ
vần hoa búp ngọc điệu khờ khạo bay

len vào từng lóng kẽ tay
đan tròn mỗi ngón thuôn dài búp măng
để ta nắm chặt nợ nần
trăm năm duyên phận... nằm gần... được chưa?

## hạnh phúc chẳng có hình hài!

tuổi thơ đứng dưới bàn thờ
hỏi người đi trước từng khờ khạo chưa?
những người khuất núi hồn thưa:
lúc ta còn sống… ngươi chưa ra đời!

buồn vui cũng lắm một thời
yêu thương vừa đủ rã rời lục căn
ngày đi theo những nhọc nhằn
đêm khuya dỗ giấc mơ quần chiêm bao

mắt nhìn đất thấp trời cao
lòng sân si nặng ước ao sắc trần
tai nghe những tiếng cộc cằn
thị phi nổi giận mặt hằn vết thương

mũi ngửi sực nức đài hương
nhụy thơm phức tưởng mùi ương tanh nồng
nếm vào vị giác sâu nông
lưỡi không xương dễ uốn cong nuốt lời

vào thân trau chuốt rạng ngời
bên trong ẩn một bầu trời tối tăm
pháp trần ý mất tại tâm
trí buông, tánh bỏ lạnh căm xác phàm

bàn tay tạo nghiệp dính chàm
ghì ôm hai chữ tham lam buộc vào
bây giờ ngươi biết tại sao
hãy làm ngược lại những thao thức này

hạnh phúc chẳng có hình hài
chỉ là chiếc bóng ngự ngay tim mình!

### âu ơ đạo đức ngậm ngùi!

dỗ trời dỗ đất dỗ ta
dỗ yên thế kỷ điêu ngoa ngủ vùi
Ầu ơ đạo đức ngậm ngùi
lại đây nằm kế mình khui rượu buồn

uống cho gian dối - ực - tuôn
xuống trăm năm cổ họng buông tiếng: khà
uống cho say sỉn quỷ ma
tiếng khà đổi giọng lòng tà lên ngôi

uống cho thức dậy cái tôi
sân si hỉ nộ ái rồi tham ô
sân thù quên mất Nam mô
A Di Đà Phật chết cô độc buồn

si mê dẫn đến dại cuồng
đem tâm ám muội lên khuôn mặt cười
hỉ vui mất tánh con người
nhìn đau khổ bật thành lời dửng dưng

nộ khí nổi giận phừng phừng
chửi cha, mắng mẹ chửi từng người thân
ái yêu thương nói trăm lần
để khi đổ vỡ nhìn trân trân thù

tham ô hai mắt đui mù
dấn thân vào chốn ngục tù tối tăm
còn thêm chữ ố ghét căm
lấy tình đánh đổi lỗi lầm hả hê

cuộc đời ngẫm nghĩ chán chê
tình tiền tù tội phu thê diễn trò
chỉ biết nhận... chẳng biết cho
sống quên chèo chống con đò thanh tao

đừng tưởng cứ núi là cao
cứ sông là chảy cứ ao là tù
không cần xuống tóc ủ mưu
cửa chùa chẳng dạy công phu hại người!

## lần theo vết cũ
## về hôn mỗi ngày!

từ khùng ta cũng hóa điên
tỉnh ra thấy một nàng tiên bất ngờ
yêu em ta hóa dại khờ
sáng mê chiều mẩn tối chờ đợi khuya

dung nhan vệ nữ - ô kìa!
ba vòng hoa lệ - rõ kia - lẫy lừng
sóng nghiêng mắt biếc phừng phừng
lửa trong ta cháy không ngừng - chép môi

trái tim ngục thất bồi hồi
ta tên tử tội đứng ngồi không yên
hàm răng trắng muốt oan khiên
giam ta vào cõi ngoan hiền dễ thương

quẩn quanh hít cả trời hương
ôm thân xác ngọc để tương tư đầy
trên từng mỗi sợi tóc mây
nghe tay thơm ngát ngất ngây ngón lùa

cặp môi trái cấm bốn mùa
ngọt ngon mọng ướt se sua đậm đà
ta gom góp hết ngọc ngà
đóng trăm ngàn nụ thật thà giấu chôn

rủi mai chết có linh hồn
lần theo vết cũ về hôn mỗi ngày!

## quên đi mình đã ngũ tuần!

nhiều năm quên hẳn mình già
nhìn đêm ngỡ sáng chẳng tha thiết ngày
ánh trăng cầm ở trên tay
tuổi mười sáu mãi chưa phai ảnh hình

tâm hồn vẫn rất bình minh
lòng phơi phới nắng tâm bình lặng yên
mắt tròn ươm hạt an nhiên
gieo xanh bờ cõi mộng nghiêng lưng trời

môi cười rải nụ ra phơi
trải vàng thảm tuổi rong chơi khứ hồi
sầu vui khúc khích tinh khôi
nhìn đâu cũng thấy chỗ ngồi ấu thơ

chiêm bao có phải là mơ
hỏi sao thức giấc lại ngơ ngẩn buồn
nhà thờ vọng tiếng gác chuông
giật mình thấy Chúa Phật buông bỏ mình

hình như chùa cũng chứng minh
nên nghe tiếng mõ im thin thít và
quỷ ma về khắp ta bà
ám ta quên cả tuổi xa đất trời

yêu người chẳng phút nghỉ ngơi
thành ra mắc tội quăng thời thanh xuân
quên đi mình đã ngũ tuần
làm tên ngu xuẩn vác khuân… muộn màng!

## lòng mưa chưa tạnh

lòng mưa chưa tạnh cơn đau
đã nghe mấy chặng đêm thao thức tình
gió xiêu sầu đổ bóng hình
giọt buồn xối xả lệ mênh mông trời

bão thôi nguôi quật tơi bời
từ trong tâm thức rã rời xác thân
ai cùng nỗi khổ tương lân
cho xin một chỗ nằm gần khẽ chia

ai cùng đồng bệnh giấc khuya
ôm nhau nức nở đầm đìa gối chăn
ai thừa dư hạnh đức căn
xin cho chút ít công bằng yêu thương

chân thành vái lạy tứ phương
cho xin ngọn lửa can trường dửng dưng
sưởi tôi năm tháng thơm lừng
bàn tay từng ngón ấm từng lóng hoa

hồn tôi tan chảy yêu và
trổ lên từng nụ hương tha thiết cần
để tôi xóa hết nợ nần
trở về tuổi ấu thơ ngần trắng tinh

hoàng hôn tôi nhớ bình minh
ráng chiều níu nắng trời thinh lặng vàng
trăm năm trái đất lỡ làng
mặt trăng luôn mãi ngỡ ngàng hừng đông

bởi tôi cứ mãi đèo bòng
chạy theo ảo ảnh bên trong chính mình!

## đường tình rừng thẳm núi cao!

một mình đi giữa thinh không
nắng đon đả đón... gió lồng lộng đưa
trên cao một mảng mây thừa
bềnh bồng khoe sắc rằng mưa chưa về

trời yên đất lặng bốn bề
bàn chân cô độc tràn trề cô đơn
buồn theo thở dốc từng cơn
hồn ta mệt lả dỗi hờn gót đau

đường tình rừng thẳm núi cao
chẳng ong, chẳng bướm, chẳng lao cỏ mừng
chỉ riêng nỗi khổ đã từng
theo ta năm tháng không ngừng bỏ buông

suối yêu thương mất cội nguồn
đồi khao khát nhớ nụ cuồng dại hôn
ta đi tìm nghĩa trang chôn
huyệt sâu quên lãng lệ cuồn cuộn rơi!

## xin người giây phút lặng thinh!

người ta ngậm ngải tìm trầm
riêng tôi ngậm phải lỗi lầm chính tôi
nên trời bắt phạt đôi môi
nuốt bao câm nín lặng trôi xuống lòng

ngờ đâu tiêu hóa chẳng xong
yêu thương giống mảnh xương cong mắc vào
tội tình thân xác như dao
đâm tan nát nỗi khát khao mỗi ngày

cũng tại thêm lỗi vòng tay
ôm chi giờ phải đắng cay dại khờ
ừ... đời cứ ngỡ giấc mơ
nên gieo mộng tưởng bài thơ tuyệt trần

vần nhung nhớ điệu xuất thần
kéo câu lục bát nghẹn gần đứt hơi
cả đời chẳng chút thảnh thơi
cứ đu theo mãi trò chơi ái tình

xin người giây phút lặng thinh
cho tôi úp mặt vào linh cữu... buồn!

## xác thân thất lạc hình hài!

quê trôi mất hẳn mùi hương
từ khi tình với yêu thương cạn dần
đất khô thiếu nước cỗi - cằn
từ trong lòng đã dần lần lữa phai

xác thân thất lạc hình hài
từ con tim ngắt nhịp sai lỡ lầm
mộng còn mơ đã biệt tăm
từ chiêm bao gãy giữa tâm thức mù

khôn cùng tiến hóa dại ngu
từ thông minh dẫn đến khù khờ điên
gục đầu tư tưởng ngửa nghiêng
lặng câm giả điếc nhắm nghiền mắt môi

từ trong bóng tối chỗ ngồi
thấy ta một kẻ đang khôi phục buồn
hai hàng lệ vẫn chưa tuôn
đã nghe sâu thẳm nước cuồn cuộn dâng

người xưa chết bởi trung thần
ngày nay ta sống chẳng cần trái tim!

## chắp tay xá lạy nữ thần!

chắp tay xá lạy nhân tình
nam mô nhan sắc ảnh hình bể dâu
thắp nhang xin một thỉnh cầu
cho ta ngày tháng nhiệm màu yêu thương

một nụ hôn rất tầm thường
nhưng môi nổi loạn trăm đường ngất ngây
ngọt ngào từng phút từng giây
mặn nồng theo mỗi chiều xoay thơm lừng

thời gian đứng lại ngập ngừng
lắng nghe từ trái tim hừng hực yêu
từng nhịp đập thở nuông chìu
bám vào da thịt hồn siêu lạc dần

chắp tay xá lạy nữ thần
cho ta vòng ngực áp gần gũi ôm
sao mai ngóng đợi sao hôm
đông tây ta mãi tay chồm hụt hơi

mặt trăng xa lánh mặt trời
ta đêm sáng đợi rã rời xác thân!

## đi thật chậm
## sao thấy đời mệt mỏi?

chỉ có tình yêu là bất diệt
nên cả đời cứ xảo quyệt yêu thương
hai trái tim giả bộ đập bình thường
cùng nhịp thở trên vách sầu duyên nghiệp

nụ hôn môi mắt giả vờ thiêm thiếp
tay nắm tay... ngón lìa ngón chẳng cầm
chân sóng bước... gót quay gót âm thầm
đường thẳng tắp... hai lòng chia rẽ lối

đi thật chậm sao thấy đời mệt mỏi
gió hiu hiu chẳng thấy mát bao giờ
nắng chen nắng... hồn lạnh lẽo không ngờ
trời xanh thẳm... nghe mưa buồn tầm tã

hai chúng ta như hai người xa lạ
dẫu đã yêu và hứa hẹn tràn trề
dẫu bao năm cùng một lối đi về
nhưng phản trắc đón đưa từng dấu hỏi

chẳng ai thấy riêng mình là có lỗi
giọt nước tràn ly... thấm lệ ngàn hàng
mỗi ngày khổ cuốn sách lật từng trang
và đoạn cuối dĩ nhiên là chấm hết!

## ta về phế hết võ công!

ta về quy ẩn giang hồ
mới hay kiếm hiệp một bồ Kim Dung
ta về mang nỗi nhớ nhung
mới hay em đã lâm chung niệm từ

ta về như một nhà sư
mới hay chùa đã giã từ Thiếu Lâm
ta về thăm lại Quan Âm
mới hay Phật đã biệt tăm bóng hình

ta về ngắm lại chính mình
chẳng hay có phải cõi bình lặng yên
võ lâm sóng gió triền miên
bao nhiêu cao thủ giả điên múa quyền

Giáng Long Thập Bát chân truyền
cũng không chưởng nổi lời nguyền yêu đương
ta về đếm lại mười phương
thấy trong da thịt cốt xương đã mòn

ta về chẳng chút phấn son
tìm em... sư thái ra đòn Nga Mi
Ngũ Mai, Bát Diệp thần kỳ
đánh ta mất hết độ lì đàn ông

ta về phế hết võ công
làm tên tàn phế... bởi nông nỗi tình!

## nửa đời tình mãi u mê!

trong tay cầm ánh mặt trời
ném lên thế kỷ một thời xa hoa
chuông lòng lẫn mõ từ xa
vọng ra từ thuở ba hoa chích chòe

lòng thơm xưa đã nhạt nhòe
bàn chân khập khiễng gót đè ngón chai
mây che khuất núi hình hài
ta đi cõng một quan tài dửng dưng

dọc dài theo đốt sống lưng
từng cây nến một sáng trưng tiễn mình
nỗi buồn ngồi ngó lặng thinh
niềm vui nhảy múa hoan nghênh suối vàng

huyệt đời năm tháng bỏ hoang
đợi ta rút ngắn thời gian xuống nằm
chặng đường sống thác trăm năm
ta đi như một gã câm lắm điều

tự thân làm lễ cầu siêu
cho nhang khói dẫn hồn phiêu lạc về
nửa đời hấp hối u mê
bởi môi ngậm tuổi sầu thê thảm tình!

# quanh co

thích mình đi dưới cơn mưa
lệ tuôn xối xả đổ thừa quanh co
mắt đầm theo giọt buồn xo
ừ ta đã khóc thật to rất ngầm

bàn chân lạnh buốt thì thầm
lê mòn thống khổ hồn tầm tã đau
lòng buồn sũng ướt hư hao
luồn theo từng mạch máu ngao ngán tình

yêu đương lũ lụt bóng hình
trôi vào quên lãng im thin thít chìm
bàn tay thoi thóp đi tìm
tận trong đáy thẳm con tim mù lòa

vết thương sâu hoắm chửa già
còn nguyên vẹn buốt phỏng da tế bào
cơn mưa mỗi giọt cấu cào
vào khuôn mặt đẩy ta vào thinh không

cám ơn người đã bão giông
cho ta thấy được cầu vồng sau mưa
bảy màu sắc... bảy lọc lừa
treo ta cong mỗi ngày thưa thốt sầu!

## mưa... tình

ừ mưa... mưa nữa đi cưng
mưa cho trái đất ướt rưng rưng người
ở đây đã có một thời
xin ta đừng khóc giữa trời yêu đương

mưa từ lâu... đã vô thường
tình từ lâu... đã lụt đường con tim
em đi phố xá nhấn chìm
ngày quên nắng đợi nỗi niềm ngửa nghiêng

đêm về nghe nỗi oan khiên
quàng vai cô độc rất riêng một mình!
mỗi lần mưa mỗi mới tinh
lòng ta rất cũ lặng thinh khóc thầm

thịt da từng tế bào bầm
để nghe quá khứ ngấm ngầm lệ tuôn!

# trăm năm ôm ấp cận kề!

cho tôi chút phận đàn bà
tặng em say đắm mặn mà có duyên
xin thêm hai lúm đồng tiền
cài lên má thắm xinh nghiêng nụ cười

hình như có một rạng ngời
cũng đang sa xuống quanh nơi em ngồi
làm tôi ngây ngất bồi hồi
hồn yêu chắp cánh tinh khôi cận kề

vai thơm xõa mái tóc thề
hương theo óng ả thân khuê các hình
trái tim yên giấc giật mình
giật theo từng nhịp đập thình thịch run

bàn tay len lén ngại ngùng
vòng eo ôm trọn thủy chung cuộc đời
trên cao có mấy tầng trời
trong tôi duy nhất một lời yêu em!

# mù khơi

ta đau cõi nhớ từng ngày
ngồi nghe tĩnh lặng rất đày đọa nhau
thuyền tình lạc bến chênh chao
giọt tung trắng xóa những khao khát thầm

lòng hoang lạnh giá rét căm
ngóng thương hình bóng xa xăm một thời
bây giờ tất cả mù khơi
người đi để lại chơi vơi nỗi buồn

tay cầm quá khứ lệ tuôn
tràn tung tủi hận khóc cuồng loạn điên
cong mình gánh nỗi niềm riêng
bàn chân tê cóng giữa triền trăm năm!

đêm về dỗ giấc ngủ câm
chiêm bao chỉ thấy mình thăm chính mình!

## cuộc tình củ chuối!

chuối một nải vẫn còn nguyên một nải
tình chúng ta chỉ một trái trên buồng
chẳng biết quý sao cứ mãi gây luôn
để khổ ướp nhăn da vàng lẳng lặng

yêu thương vốn nên chăng hoài cắn đắng
cắn thật đau và đắng đến tận cùng
để chuối buồn chuối cứ phải run run
tìm chỗ trốn trong khe đời cõi tạm

hai chúng ta cứ chất chồng xúc phạm
chẳng nhịn nhường cùng chia sẻ hương thơm
anh thèm phở... em chẳng biết nấu cơm
từ nhạt nhẽo nghiễm nhiên thành mặn chát

vỏ hạnh phúc thâm kim sầu tan nát
nằm cận kề chỉ thấy những vết nhăn
còn đâu nữa những ngày tháng kiêu căng
của trái chuối trong cuộc tình củ chuối!

## cắn câu lục bát buồn buồn!

cắn câu lục bát vỡ mồm
vần tuôn máu chảy điệu lòm còm đau
cuộc tình ta cũng như nhau
môi khô khốc đợi tay khao khát chờ

tiếng yêu lặng lẽ như tờ
lời thương biệt tích mịt mờ tháng năm
nỗi sầu tuốt lưỡi dao găm
đâm ta chí tử hằng trăm nhát cuồng

banh trái tim thấy nỗi buồn
còn nguyên vẹn khối trong buồng ngực tươi
ta đi hết nửa đời người
chân chưa kịp mỏi rong chơi... tật nguyền

cắn câu lục bát lật nghiêng
thấy ta bật ngửa trên miền... ăn năn!

# đợi

điện thoại ta... tiếng chuông thầm
nhiều khi lặng tiếng mà dầm trong tim
điện thoại ta... những lúc im
lại nghe réo gọi từ sim vọng về

em đi bàn phím ngủ mê
màn hình lạnh lẽo buồn tê tái buồn
tắt đi rồi lại mở nguồn
nhìn qua tin nhắn... chậc... buông thở dài

đứng ngồi cầm ở trên tay
chỉ mong thấy chữ hình hài đón đưa
em đi có cũng bằng thừa
có chăng là có chỗ chừa nỗi đau

em đi chuông đổ nghẹn ngào
đầu kia vắng tiếng em chào hỏi xưa
bên này ta khóc như chưa
bao giờ được khóc tựa mưa mấy mùa

tình yêu thích thú trêu đùa
yêu chuông chưa gọi đã hùa nhau ngân
ghét nhau bặt tiếng im gần
có reo nhỏ nhẹ cũng lần lữa câm!

## buồn chưa

trăng non rớt ở cuối ngày
mưa thong thả xuống hiên ngoài buồn chưa
trong ta chợt thấy dư thừa
cô đơn chẳng có người đưa đón về

ai dư một chút cận kề
chia ta một miếng đỡ tê tái lòng
có còn... còn có... hơn không
còn không hay có lại đong đếm chừa

ông trời lấy nắng ban trưa
ôm ta cùng khóc cơn mưa buổi chiều
từng giọt nghe rất đìu hiu
lâu lâu sấm sét gào kêu vỡ òa

nghe từ âm vọng mù xa
một hơi thở hắt bật ra buồn buồn!

## hồn hoang lạnh lẽo cô sầu!

xin em xòe hết bàn tay
cho ta áp mặt khoan thai ngã đầu
hồn hoang lạnh lẽo cô sầu
con tim thèm khát yêu chầu chực thương

giống tên hành khất bên đường
dõi theo bá tánh thập phương mù lòa
lòng ta lạc giữa thiên hà
lạc thân vô định xác nhòa nhạt bay

lặng nhìn trái đất đắng cay
tròn treo lủng lẳng lệ đày ải tâm
ướt đầm thế kỷ trăm năm
sủng ta lạnh buốt run cầm cập run

từ xa nỗi khổ trập trùng
sóng cao nghìn trượng bão bùng bủa vây
xin em xòe hết tay đầy
để ta có chỗ nằm lây lất... thèm...

# mỗi lần hôn hít...
## buồn rầu cũng tiêu...!

khi hôn hai mắt nhắm nghiền
mở ra bỗng thấy gạo tiền chung quanh
nhà nghèo núp bóng mái tranh
hiên xiêu hạnh phúc mong manh cột tình

yêu thương huyết áp thình lình
lên no xuống đói chén nhìn đũa đau
dĩa rau mặt úp xanh xao
chén tương cà mắm lao đao phận mình

thịt ôm cá biến tàng hình
canh cà vài lát lềnh bềnh cho vui
sáng chiều sớm tối ngược xuôi
anh đi làm mướn tối thui mới về

còn em ba cọc làm thuê
hai lương cộng lại chưa hề đủ dư
cũng nhờ hai chữ tương tư
thương em nên phải vô tư chẳng hề

than thân trách phận vì mê
em một cô gái bộn bề yêu anh
khi xưa không ráng học hành
chỉ lo yêu tới khi thành hai ta

thôi thì cũng ráng bôn ba
chúng ta hôn hít... kệ cha cuộc đời
mười hai bến nước xin mời
đục trong chấp nhận một lời cùng em

người ta chóng chán cả thèm
còn anh nghèo khó nhưng kèm thủy chung
đưa tay mở cái vạt mùng
mời em nở đóa hòa cùng nhịp yêu!

tới đây xin nói đôi điều:
nghèo tiền chưa hẳn nghèo liều mạng đâu
mỗi ngày em một cô dâu
mỗi lần hôn hít... buồn rầu cũng tiêu!

# lần theo da thịt
# tự sờ soạng... vui

em nằm nghiêng cõi hoang sơ
thở dài ưỡn ngực đợi chờ tay siêng
thèm điên chen lẫn thèm ghiền
một ôm ấp vỗ trên miền sơn khê

sẵn sàng dạo khúc đê mê
những ve vuốt chạm đến xê... dịch đời
mới vừa gác cẳng lên trời
chưa chi đã thấy trăng rời cuộc chơi

trên cao chú Cuội phì cười
chị Hằng tức tối thốt lời ngây ngô
hai bờ sông vẫn chưa khô
nước theo làn nước nhấp nhô lững lờ

lại đành giả dối ngây thơ
mắt môi thỏa mãn giấu khờ khạo trong
đi mong lại trở về không
lòng khao khát một lần cong bất ngờ!

một mình thả giấc theo mơ
lần theo da thịt tự sờ soạng... vui

# viễn xứ

*"quê hương là chùm khế ngọt*
*cho con trèo hái mỗi ngày*
*quê hương là đường đi học*
*con về rợp bướm vàng bay "...* (*)
(Thơ Đỗ Trung Quân)

về Sài Gòn... xuống chuyến bay
đón xe thẳng tiếp đi ngay quê nhà
mấy mươi năm... mắt lệ nhòa
song thân tóc trắng bạc òa nỗi vui

mẹ ôm tôi khóc thành lời
tôi buông tất cả xiết người trong tay
cha tôi đứng cạnh sờ vai
như không thể đợi tôi quay sang người

yêu thương sánh cả biển trời
chia ly những tưởng nửa đời mất nhau
trước nhà sân mấy hàng cau
chung vui sum họp bẹ lao xao mừng

quê hương đất dậy thơm lừng
nghe từng lát khế ngọt từng kẽ răng
liếc nhìn chuối nải muồi căng
thương thay thân mẹ đã gần chín cây

thân cha dáng dấp hao gầy
Thái Sơn gió bụi cũng xây xát mòn
tay quàng chuối mẹ cùng non
tự trong huyết quản nghẹn tròn hiếu sinh

bữa cơm tối ấm gia đình
chỉ riêng ba bóng chung hình đón đưa
kỷ niệm nhắc chuyện ngày xưa
tôi cười lẫn khóc như mưa được mùa

thời gian theo ngọn gió đùa
cuốn đi năm tháng bão lùa tuổi xuân
xứ người xa cách nhớ nhung
tối nay lại được ngủ mùng mẹ giăng

cha như đứa trẻ tung tăng
tới lui phủi sạch gối chăn tôi nằm
tôi quay mặt lại ráng cầm
cắn môi không để lệ đầm đìa rơi

tôi khều nói nhỏ: mẹ ơi!
tối nay con muốn lấy hơi sinh thành
mẹ già mắt sáng long lanh
gật cười móm mém hiền lành dễ thương

lòng cha nghiêng ngả bóng tường
cũng đòi một chỗ chung giường kề bên
tôi nằm giữa chân kê lên
một bên đùi mẹ, một bên cha mình

nghe đâu hơi ấm thình lình
luồn trong máu thịt thấm tình mẹ cha
nhắm mắt lại... mở mắt ra
giật mình... đất khách... chỉ là chiêm bao

tiếc ngẩn ngơ... khóc nghẹn ngào
nỗi đau viễn xứ ào ào mặn tuôn
nhà thờ vọng gác đổ chuông
tiếng đinh đong bỗng trầm khuôn mặt rầu

con xin Chúa một thỉnh cầu
ban cho phép lạ nhiệm mầu tái sinh
một lần nếu được hiển linh
trở về rún mẹ khép mình thai nhi!

## cây xiên đâm mãi
## nằm cong nhớ người

tự nhiên tình bỗng lên đồng
thấy ta hầu bóng hồn lồng lộn bay
cây xiên cầm ở trên tay
đâm xuyên ký ức tháng ngày bên nhau

hóa thân nói tiếng thì thào
xin người trả lại môi ngào ngạt thơm
trả lại ta những vòng ôm
những yêu thương cũ sớm hôm cận kề

bàn tay gỡ rối tóc thề
còn nguyên hơi thở ê chề ngón đan
chẳng còn gì để cưu mang
từ khi hai tiếng sang ngang nửa chừng

trả lại ta nhịp tim ngừng
nỗi đau xé toạc rách từng vết thương
sẹo lành nổi thịt vấn vương
mỗi lần vuốt nhẹ buồn nương náu về

hai hàng lệ khóc tỉ tê
uống no cay đắng mặn thê thảm lòng
tất cả giờ đã hư không
cây xiên đâm mãi nằm cong nhớ người.

## đừng tưởng

đừng tưởng cứ núi là cao
cứ sông là chảy, cứ ao là tù
đừng tưởng cứ dưới là ngu
cứ trên là giỏi, cứ "xu" là cầm

đừng tưởng không nói là câm
không nghe là điếc, không trông là mù
đừng tưởng cứ trọc là sư
cứ vâng là tốt, cứ ừ là ngoan

đừng tưởng cứ giàu là sang
cứ im lặng tưởng là vàng đến ngay
đừng tưởng nốc rượu là say
cứ hứa là thật, cứ tay là cầm

đừng tưởng giặc ở ngoại xâm
cứ bè là bạn, cứ dân là lành
đừng tưởng cứ trời là xanh
cứ đất và nước là thành quê hương

đừng tưởng cứ lớn là khôn
cứ bé là dại, cứ hôn... là chồng
đừng tưởng chẳng có thì không
chẳng trai thì gái, chẳng ông thì bà

Sỹ Liêm

đừng tưởng chẳng gần thì xa
chẳng ta thì địch, chẳng ma thì người
đừng tưởng gần nhất là nhì
gần quan là tướng, gần suy là hèn

đừng tưởng cứ sáng là đèn
cứ đỏ là chín, cứ đen là thường
đừng tưởng cứ đẹp là thương
cứ xấu là ghét, cứ vương là tình

đừng tưởng cứ ghế là vinh
cứ tiền là mạnh, cứ dinh là bền
đừng tưởng cứ cố là lên
cứ lỳ là chắc, cứ bên là gần

đừng tưởng cứ đều là cân
cứ đông là đủ, cứ ân là nhờ
đừng tưởng cứ vần là thơ
cứ âm là nhạc, cứ tờ là tranh

đừng tưởng cứ vội thì nhanh
cứ tranh là được, cứ giành thì hơn
đừng tưởng giàu hết cô đơn
cao sang hết ốm, tham gian hết nghèo

đừng tưởng cứ bến là neo
cứ suối là lội, cứ đèo là qua
đừng tưởng chồng mẹ là cha
cứ khóc là khổ cứ la là phiền

đừng tưởng cứ hét là điên
cứ làm là sẽ có tiền đến ngay
đừng tưởng cứ rượu là say
cứ gió là sẽ tung bay cánh diều...

đừng tưởng tỏ tình là yêu
cứ thơ ngọt nhạt là chiều tương tư
đừng tưởng cứ nhận được thư
là bao say đắm như mưa trong nhà

đừng tưởng cứ quét lá đa
là đời khổ cực can qua một thời...

# còn sống...
## em bỏ chiêm bao... đách cần

tạm biệt thôi... tạm biệt ngày
xin thưa đi ngủ để bày cuộc mơ
tối nay cũng sẽ dại khờ
một em thịnh soạn nằm chờ tiệc thơm

ngon hơn phở... ngon hơn cơm
ngon như cái thuở một hôm lần đầu
tôi cùng em nuốt canh thâu
nếm từng vị ngọt môi chầu chực hôn

thịt da căng cứng căng dồn
dập tim nhảy múa máu cồn cào sôi
ngoài trời bắc đẩu đổi ngôi
bên trong em chuyển chỗ ngồi yêu thương

ánh trăng lấp ló đầu giường
cùng ta chiêm ngưỡng nét đường vóc hoa
bàn tay nâng lấy lụa là
ngực thênh thang mịn nụ tha thiết hồng

vòng eo uốn lượn vòng hông
ngón điên đảo khắp lưng ong dáng kiều
đỡ em nằm xuống nâng niu
đầu, môi, mắt, mũi, miệng khêu gợi mời

những nụ hôn chuyển thành lời
thân em đáp lại từng hơi thở cuồng
đùi non nước chảy xuôi nguồn
càn khôn một đóa thèm thuồng đón đưa

trời giông sấm sét mây mưa
giật mình ướt đẫm lạnh thưa một vùng
mỗi đêm em đến tiệc tùng
cùng ta yêu đến tận cùng... chiêm bao

sáng ngày thức dậy hư hao
thèm khuya trăng đến nằm thao thức chờ
em về trong giấc ngủ mơ
cùng ta chợp mắt đến đờ đẫn yêu!

đêm nay nhất định đánh liều
ngủ hai ba giấc cùng chiều chuộng nhau
có chết cũng chết tự hào
còn sống... em bỏ chiêm bao... đách cần!

## dấu huyền lặn ở nơi đâu

tôi vừa lượm mót vần thơ
được hai ba chữ để tơ tưởng tình
chữ t vừa ghép chữ inh
dấu huyền bỗng bất thình lình rụng rơi!

tôi đi giữa nhánh sông đời
chèo khua mái đẩy nhịp thời nhớ thương
lòng lành lạnh... chút hơi sương
trăng soi sáng cả hồn vương vấn sầu

dấu huyền lặn ở nơi đâu
hay em đem giấu làm dâu nhà người
giấu luôn tôi cả nụ cười
giấu luôn nhau cả những lời năm xưa

từ hai... tôi bỗng dư thừa
vắng hoe một chỗ luôn chừa đợi nhau
lá trầu đánh mất buồng cau
chìa vôi ngóng đợi hỏi sao chẳng buồn?

*hò ơ... ơ...ơ...*
*cúc mọc bờ sông kêu là cúc thủy,*
*chợ Sài Gòn xa, chợ Mỹ cũng xa.*
*chồng gần không lấy, em lấy chồng xa.*
*mai sau cha yếu mẹ già*
*chén cơm đôi đũa, bộ kỷ trà ai dâng ơ... ơ... ơ...*

tiếng hò thay tiếng lệ ngân
hồn dừa nghiêng ngả, lòng bần nỉ non
thuyền chèo chở khẳm sắt son
xuôi dòng thả xuống rải tròn nỗi đau!

## xăm mình

vết xăm che vết bụi trần
thịt rơi để lại tế thần da non
vết lành che giấu vết son
tự dưng rất lạ trên con người mình

trắng ngần rực nét phiêu linh
sắc màu lượn xuống thân hình trổ hoa
nửa lưng ảnh tượng Di Đà
rừng thiêng suối chảy gheisa một nàng

cảnh chùa tĩnh lặng mây ngàn
một con bướm lượn dưới tàn cây đa
cánh tay em vốn nuột nà
giờ thêm sơn nữ Phà Ca lạnh lùng

tay bên một gốc cội tùng
kèm theo đồi núi trùng trùng lượn quanh
xuống đùi một bụi trúc xanh
thêm con rắn hổ nhe nanh bất cần

còn đâu ở tận cổ chân
một vòng lục lạc góp phần dễ thương
trên bắp chuối một bộ xương
quấn quanh sợi xích mắt giương hốc nhìn

quay lên bộ ngực thình lình
một cặp chim ó ngồi rình hai bên
trở xuống mông có một tên
ngồi giương cung bắn kên kên tuyệt trần

nhìn lên bỗng thấy bần thần
nguyên con bọ cạp đeo cần cổ thon
em đi giữa phố Sài Gòn
người ta lầm tưởng một con tắc kè

còn anh đứng ở vỉa hè
ngắm em hai mắt tròn xoe: nữ thần!

## bao giờ uống ngủ cho say

chỉ tay vào mặt chính mình
tự nhiên nước mắt bỗng thình lình tuôn
năm mươi năm ngốn nỗi buồn
nhiều khi bội thực đau cuồn cuộn đau

hằng đêm cầu cứu chiêm bao
cho ta lặng lẽ giữa thao thức ngày
bao giờ uống ngủ cho say
đi ngay một giấc xuôi tay một lần

cái chết ta chẳng ngại ngần
sợ em chịu khổ phải tần tảo thêm
gởi em một nụ hôn mềm
thay câu xin lỗi giữa triền trăm năm.

## tạ ơn đời sống thưởng

"cám ơn đời mỗi sớm mai thức dậy
cho ta thêm ngày nữa để hôn nhau"
mỗi nụ hôn là mỗi một nụ trao
ngàn tha thiết lên môi mềm thỏ thẻ

cánh tay ôm như lạt mềm cột nhẹ
đôi ngực tràn uy lực ép yêu thương
hai trái tim khao khát đập điên cuồng
mỗi hơi thở hồi sinh từng nhịp thở

cặp môi gần như đã từng mắc nợ
áp vào nhau nghe lưỡi ngọt cong mềm
những thơm tho cứ quấn quýt đắm chìm
trong lạc thú thân rùng mình sung sướng

đôi mắt khép giấu no tròn thụ hưởng
cũng không sao giấu được cõi tận cùng
của khoái lạc cận kề chốn mê cung
một khoảnh khắc có trăm điều khác lạ

hãy hôn nhau đến trời nghiêng đất ngả
ôm nhau hôn đến tận chỗ sống còn
dẫn hơi hướm vào đầu ngực đùi non
vào tận chốn tạ ơn đời sống thưởng!

# một chỗ Luân Hoán
# thi ca em ngồi

ngỡ rằng hất chữ cho vui
ngờ đâu ngôn ngữ một nùi vong thân
từ a đến z nợ nần
nửa câu chưa ném đã bần thần bay

ngồi mòn gõ phím loay hoay
chỉ nghe cóc cách bên tai thở dài
cõi thơ mất dấu hình hài
vần the dáng lụa lạc loài điệu chia

trăng hờn giận cả đêm khuya
mây buồn rủ gió đoạn lìa ca dao
lòng thơm lãng mạn vẫy chào
hồn ta lạc giữa chiến hào thi ca

thì ra thiếu bóng em và
cánh môi bầu má mắt da diết ngời
dung nhan dáng dấp tuyệt vời
nên thơ không thể thốt lời dĩ nhiên

từ lâu ta đã đâm ghiền
có em hiện hữu mới huyên thuyên tình
ngực cong thơ chiếm ảnh hình
vần say nghiêng ngả eo xinh xắn tròn

thơ đi từ chỗ sống còn
thơ bay vào chỗ em giòn giã vui
từ trong tiếng nói nụ cười
từ trong ta bỗng con người trổ hoa

em từ lục bát bước ra
của ông Luân Hoán nguy nga hồn vàng
xin đời hai chữ khang trang
lót vào từng chỗ em khoan thai ngồi

ướp từng hơi thở tinh khôi
không cho thân thể mùi hôi hám gần
sợi thơ trói buộc nợ nần
em - ta xin hứa phong trần có nhau

đồng thơ gieo sẵn hoa màu
bón xanh chữ nghĩa ngôn trau chuốt từ
vắt tim tưới máu nhuyễn nhừ
cùng em thu hoạch ngất ngư mỗi ngày.

Luân Hoán: thi sĩ Luân Hoán hiện sống ở Canada: tác giả tập thơ "Em từ lục bát bước ra"

## em còn tự ái tôi mua

tôi ngồi mở trái tim xem
tìm trong ngóc ngách cái em tuyệt vời
một bên tâm thất em ngồi
một bên tâm nhĩ máu nhồi đỏ tươi

em cười máu chảy ngược xuôi
em buồn tôi cũng chẳng vui bao giờ
vì yêu tôi rất dại khờ
thủy chung im lặng bên bờ hơn thua

em còn tự ái tôi mua
bởi tôi đã cạn mấy mùa thương đau
tàn môi nụ phấn ngọt ngào
lời xưa em vẫy tay chào chia phôi

xin trời rớt hạt thôi nôi
rớt cho bóc lại cái tôi thuở nào
cuộc tình em sớm xanh xao
cái tâm phẳng lặng ném vào trăm năm

em còn một chút hờn căm
bán tôi… hay rũ… âm thầm rũ tôi ???
lời vui em cất trên môi
hồn sầu tôi giấu đơn côi mỗi ngày

tiếng mưa ầm rụng hiên ngoài
tôi trong nhà vắng ướt hoài nhớ thương
ngồi co rút ở góc giường
tay đan nỗi khổ ngón nhường nhịn đau

mưa từ thác đổ trên cao
xuống tôi từng giọt lệ đau điếng ngầm!

## vườn thơ mất dấu
## em thinh lặng vần

giận tôi ném cái cửa mình
ra ngoài cửa sổ cho tình nhân ôm
bản lề khép mở còn thơm
khóa bung khoái lạc nước tươm vũng lầy

bên trong hạnh phúc hao gầy
ngực bàn, ghế cẳng, eo đay nghiến mình
cánh lưng tủ bực gập ghềnh
áo đầu, quần cổ vai linh tinh buồn

giày chân, dép gót cuống cuồng
lên giường mắt cá nằm buông lệ sầu
tứ chi vạt nệm nát nhầu
hương thơm mùi cũ phai màu gối chăn

hồn gương trang điểm nứt hằn
kệ môi, vách mũi nhọc nhằn phấn son
tường hồn lạnh lẽo héo hon
lòng trần loang lổ sắt son ố màu

căn nhà gào thét thương đau
phu thê theo lá trầu cau rụng đầy
bên hiên ngoài ngõ hàng cây
còn theo dấu hỏi em lây lất tình

nóc tôi dột mái bóng hình
vườn thơ mất dấu em thinh lặng vần
cô đơn lạc nẻo đường trần
ném đi tất cả... chẳng cần... khóc thôi!

## làm tên nô dịch
## lấy công chuộc mình

quần em ống thấp ống cao
ta nghiêng con mắt khát khao xuống đùi
da non phưng phức tỏa mùi
hương riêng con gái nõn tươi thơm lừng

lòng vui mở hội tiệc tùng
xin làm chiếc ghế kê chân trắng ngần
cánh môi trộn gỏi nụ gần
thêm chút gia vị bần thần rắc lên

thương chiên vàng rực làm nền
để yêu trải nỗi niềm trên thịt mời
lông măng tơ mịn tuyệt vời
tay nghe từng sợi tỏ lời nỉ non

từng tế bào nở căng giòn
đũa mê đắm đuối gắp mòn mỏi hôn
chén say nóng hổi máu dồn
lưỡi cong vị ngọt thổi hồn lắt lay

phía trên cám dỗ mâm đầy
vẹn nguyên một cỗ nằm ngây ngất chờ
xin làm vị khách ngây thơ
ngồi vào chỗ ấy ăn sơ lót lòng

xin thề sau buổi tiệc xong
làm tên nô dịch lấy công chuộc mình!

## thưa em anh muốn đầu hàng

em thương trắng nõn lạ lùng
không quen lại muốn đi cùng bên nhau
đúng là lẫn lộn vàng thau
giai nhân xuống phố dáng cao tuyệt trần

mắt nhìn mái tóc thanh tân
tải yêu lên những sợi ngần thơm đan
tim khôn thác xuống nhịp nhàng
thưa em có một dung nhan lẫy lừng

vòng eo ôm trọn vòng lưng
hai bầu sữa ẩn nửa hừng hực ngây
ngất đường kẻ ngực chia hai
phải chăng chính lối thiên thai địa đàng

thưa em anh muốn đầu hàng
hai tay úp mặt giữa làn hương yêu
môi hôn khẽ chạm ít nhiều
đi theo chủ nghĩa đánh liều uy nghiêm

đam mê siết hết gọng kìm
hồn thoi thóp thở trên miền tham lam
bao nhiêu ao ước xuống hàm
nuốt nghe đánh ực lưỡi tàm tạm say...

vần thơ thẳng một đường bay
mấy câu mầu nhiệm đa tài hiển linh
xin quỳ xuống để cung nghinh
từ trong ánh mắt lunh linh ánh nhìn.

ơn đời ban chút lân tinh
để anh thắp sáng em xinh mỗi ngày
đa tình sẵn có trên tay
thay nhau mỗi ngón kéo dài trăm năm.

# nghiệp

hạnh phúc treo tường nghe tích tắc
đau khổ mỗi ngày lúc lắc trôi
thời gian biến chuyển như canh bạc
thành bại hình như sắp sẵn rồi

lòng người khốn nạn hơn ta tưởng
nên chẳng còn chi để tiếc thương
cõi mù mở mắt theo trăm hướng
thấy một lằn ranh giữa vô thường

ta từ một chỗ khoan dung đứng
ngẫm lại từ xa chốn Phật ngồi
Niết Bàn sau khuất mộ bia dựng
cuối tận chân trời cuộc nổi trôi

phù sinh ngáy ngủ nằm thiêm thiếp
bỗng thức thình lình hét thất thanh
tuổi già chập chững đi gom nghiệp
bất giác lượm lên một chữ hành.

# giác mê

em vòng cong cớn đường cong
chẻ hai bầu ngực nụ nồng nực thơm
nửa lấp ló... nửa giận hờn
răng ta thèm khát môi mơn trớn tìm

phanh áo che để đắm chìm
vào trong khao khát cắn mềm nhụy hoa
tay bung từng ngón hoang tà
mở tung từng ngóc ngách và nẻo hương

hồn trườn trải rộng muôn phương
hút từng sinh khí âm dương nhịp nhàng
giữa hai bờ cõi thiên đàng
đùi non búp ngọc dịu dàng nở hoa

lưỡi đi đường lưỡi mặn mà
mũi kề cận thở cùng hòa nhịp chung
hai ta đi đến tận cùng
tận trong từng sớ thịt run rẩy ngầm

cánh môi chăn gối ướt đầm
từ trong nhục thể nẩy mầm giác mê
từng giọt lạc thú tràn trề
dồn căng một chỗ tào khê... rùng mình!

## riêng em

nè... cho tôi một chén tình
tôi ăn để biết bất thình lình đau
ừ... thì cũng có sao đâu?
lệ tôi là chén canh rau của người

yêu em tôi mất một thời
thương tôi em có bầu trời yêu thương
tôi dành hết những tai ương
để em nguyên vẹn chiếc xương sườn này

Chúa còn dang đủ hai tay
thì tôi còn đủ tháng ngày riêng em!

# nấc cụt

ngồi đêm uống rượu một mình
mới hay ta rất thình lình cô đơn
bỗng dưng nấc cụt từng cơn
ức buông ức ực cũng hơn chục lần

ức đi con, ức một lần
ức a ức ực khổ thân... ức à
uống vô bảy ngụm nước là...
một hai ba bốn... ức à ái da

năm sáu bảy tám chín và
mười chưa chịu hết... hít hà lấy hơi...
bỗng em xuất hiện bên đời
tự nhiên cục ức bốc hơi... hết liền!!!

*Sỹ Liêm* © 201

## chỉ biết yêu và muốn được yêu

có một tình yêu đến bất ngờ
đến từ vần điệu những bài thơ
đến từ không hiểu tại sao đến
mà lại nhớ nhau đến thẫn thờ

có một tình yêu chửa nắm tay
lại nghe hơi ấm lẫn đêm ngày
nghe từ ngăn vách con tim ngỏ
nỗi nhớ cong mình đến quắt quay

có một tình yêu chẳng thấy người
chỉ nhìn qua ảnh nụ xinh tươi
ướp vào đôi mắt không sao ngủ
thao thức nằm nghiêng nhoẻn miệng cười

có một tình yêu chẳng hẹn hò
nghe từng hương đợi đến thơm tho
ra vào gót mỏi bàn chân ngóng
như sợ ngày mai lỡ chuyến đò

có một tình yêu chẳng nói nhiều
nhưng hồn lại thấy rất phiêu diêu
thấy từng thinh lặng bay trong gió
lặng lẽ niềm thương ở một chiều

có một tình yêu rất lụa là
chẳng cần khe khẽ để hôn qua
chỉ cần tưởng tượng thôi cũng đủ
sung sướng bờ môi đến mượt mà

có một tình yêu hạt vỡ mầm
trên chồi da thịt vết gai đâm
xuyên qua từng nỗi tương tư nặng
đau nhói mà sao vẫn thích thầm!

làm sao cắt nghĩa được tình yêu
Xuân Diệu, người ta đã nói nhiều
riêng tôi, chỉ giải bày như thế
chỉ biết yêu và muốn được yêu!

# thèm

tôi muốn nhiều khi bỏ cuộc chơi
đi tìm tận chốn quạnh hiu đời
một riêng nơi rất mình cô lẻ
lẳng lặng con thuyền giữa biển khơi

tôi thất lạc tôi mất bến bờ
hành trang duy nhất một nàng thơ
gió mây trăng khuất ngàn năm tủi
vần lệ sầu gieo điệu lững lờ

tôi thèm trở lại phút đầu tiên
cái thuở chưa nghe tiếng đã ghiền
chưa nhìn đã thấy trong sâu thẳm
đôi mắt mòn trông ánh khải huyền

tôi thèm tha thiết cánh môi hôn
đủ chữa dùm tôi dịu nỗi buồn
chỉ cần khe khẽ theo làn gió
cũng đã hồn run đến dại cuồng

tôi thèm ghê gớm một bàn tay
níu lại dùm tôi những tháng ngày
yêu thương trong tứ tình vô lượng
hỉ xả từ bi chốn Phật đài

tôi thèm dữ dội một con tim
vá lại vết thương những nỗi niềm
nhiều đêm gục đầu ôm hai gối
gào nén vào trong huyết lệ kiềm

tôi thèm khao khát một tình yêu
hơn nửa đời hư chỉ một điều
ngón tay trỏ thẳng lên thề thốt
không bỏ rơi nhau tuổi xế chiều

tôi thèm quá đỗi một mùi hương
ngực áp tìm hơi hướm lạ thường
lẫn trong chăn gối mùi ân ái
trên mỗi đêm trường mỗi khắc thương

tôi thèm ve vuốt đến vô biên
từng thớ thịt da đến mọi miền
lời yêu thỏ thẻ cong từng lóng
hừng hực trên mười ngón lửa thiêng

tôi thèm chừng ấy những chiêm bao
những chuyện thần tiên, những nhiệm màu
bởi tôi vĩnh viễn là con trẻ
nên cứ thèm sao chuyện ngọt ngào

cả đời truy đuổi tận giấc mơ
chỉ thấy chung quanh lạnh hững hờ:
nhiều khi nghĩ lại mình như giấy
có viết gì lên cũng bụi mờ.

# ru em
## từng giấc mộng dài... yên tâm

em heo hút lá nằm chờ
mòn khô từng sợi gân khờ khạo gieo
đường cong dáng thả lưng đèo
mùa em vàng úa tình treo đỉnh sầu

làm người ta chẳng dám đâu
sợ em khao khát hồn chầu chực đau
ta về lót gối thanh cao
hóa thân chú khuyển ngồi thao thức cùng

tựa đầu nghe tiếng nhịp run
bỗng che chở dậy nỗi chung khát thèm
nụ hôn bay bổng đi kèm
môi, răng, nướu, lợi, lưỡi chèm nhẹp yêu

bàn tay ươm mật đánh liều
ướp mềm da thịt vuốt chìu chuộng theo
từ đồi ngực xuống triền eo
lòn qua suối ngọc giữa cheo leo đùi

nước tuôn thảm cỏ dậy mùi
nguồn hương phưng phức chảy xuôi thơm lừng
căng mình lắp sẵn tên cung
bắn đi một phát nổ tung núi rừng

nhưng không... tỉnh giấc giữa chừng
quay về nuốt những thèm ừng ực trôi
thương em chẳng dám đua đòi
xin làm con thú... bầy tôi mỗi ngày!

ngủ ngoan... ta giữ hình hài
ru em từng giấc mộng dài... yên tâm!

## anh vẫn còn em ở cuối năm

anh chính là em của bóng ngày
dõi từng nhịp thở lá chân bay
cành thân lãng mạn run theo gió
mắt biếc môi non tóc mượt dài

cỏ dại yêu tròn lấy thịt da
rêu phong anh phủ xuống thân ngà
thân trần nghiêng ngả theo tâm bão
khoái lạc trầm hương đất vỡ òa

ngực núi đùi thơm tận suối nguồn
lưng đèo eo thả dáng mây tuôn
môi ngon về nẻo cong huyền bí
rừng thẳm chìm trong bản ngã cuồng

anh vẫn còn em ở cuối năm
mười hai tháng đợi nỗi giêng ngầm
bàn tay gỡ lịch thèm hoang dại
em xuống từng tờ mỗi ngón câm

## tình theo lá bay xa

khóc đi chôn hết đêm dài
khóc khuya trăng rụng hình hài tả tơi
thơ em thả khắp đỉnh trời
im nghe tiếng ngọc gọi mời yêu thương

nắng chen kẽ lá bụi đường
hồn anh gõ nhịp đoạn trường đắng cay
tình em đánh mất trên tay
hoa tàn lá rụng hương bay cuối đồi

em đi để lại bồi hồi
ong say bướm lượn đâu rồi nhụy hoa?
lối xưa dốc cũ chưa già
ái ân tỉnh giấc ngọc ngà mất nhau

bình anh... em cốc rượu đào
ai ngờ bình vỡ giọt trào đẫm tuôn
yến xa nhạn lạc mây buồn
xa nhau một kiếp suối nguồn lệ rơi

ai về bên ấy mù khơi
xin cho nhắn gởi mấy lời thơ vương!

## bao giờ Chúa mới nghỉ ngơi

tôi đi tìm Chúa mỗi ngày
không đâu nơi khác trong ngoài chính tôi
thánh kinh ngự sẵn chỗ ngồi
kế bên tĩnh tọa ba ngôi hồn vàng

chẳng cầu có Đức Giáo Hoàng
cũng không cha sứ, ca đoàn vinh danh
tôi chỉ có chút lòng thành
của người ngoại đạo tâm thanh khiết tình

tay sờ vào những dấu đinh
bỗng yêu thánh giá lớn mênh mông dần
giáng sinh nhỏ nhẹ đến gần
vài ba nô nức xuống trần dạo chơi

nắm tay Chúa đi ngời ngời
có thêm Đức Mẹ cười tươi dẫn đầu
chúng tôi đi giữa nhiệm mầu
thiên thần chấp cánh bay chầu hộ theo

hai chân nhún nhẩy vui reo
lòng son phấn lộng lẫy treo gót hài
cây thông từng nhánh tiệc bày
lung linh đèn chớp tắt hoài chẳng ngưng

chung quanh tiếng hát vọng mừng
bài thánh ca đó đã từng nghe quen
hang đá Chúa từ Bê - Lem
núi non lộng lẫy phúc chen chúc về

tôi đi quên những bộn bề
theo đôi mắt trẻ mải mê liếc nhìn
phố phường đất dậy hồi sinh
nỗi đau năm tháng niềm tin lấp vào

Chúa kế bên cũng xôn xao
tay buông thánh giá vẫy chào thế nhân
Đức Mẹ thăm hỏi ân cần
theo chuông thánh lễ nguyện ngân nga cầu

tôi ca ngợi Chúa từ lâu
không cần vô đạo đã sâu sắc cùng
quỳ xuống dấu chỉ tháp tùng
hồn tôi bay khắp vương cung thánh đường

Chúa ơi! Chúa sẵn lòng thương
cho con xin hỏi tỏ tường Chúa ơi:
bao giờ Chúa mới nghỉ ngơi
để cho nhân loại thảnh thơi cõi này?

# thôi thì xin lỗi...
# thi ca mượn lời

tôi đây xin lỗi chính mình
tiện đây xin lỗi cuộc tình đang mang
em từ một chỗ vô can
cùng tôi làm chuyện dã tràng chung thân

yêu thương gắn bó đứng gần
bởi tôi không biết nên đần độn thôi
chỉ vì say đắm lên ngôi
chiếu manh lót đổi chỗ ngồi gấm hoa

thay xiêm y... đổi lụa là
chân quê lên chốn xa hoa thị thành
hương đồng gió nội bay nhanh
phèn chua, nước lợ tập đành đoạn buông

dòng sông ngoảnh lại mất nguồn
cây chanh, gốc khế tiến buồn bã mong
bờ đê, ngọn cỏ lìa đồng
theo tôi lên tỉnh làm chồng vợ nhau

không ngờ bụi chuối, buồng cau
gãy ngang từng đoạn đớn đau từng phần
em phủi sạch vết bụi ngần
thay hình đổi dạng bỏ tần tảo rơi

tôi khuyên nhủ... em mỉm cười
bảo rằng con sáo đến thời sáo bay
sáo bay, sáo bỏ đêm ngày
mặc tôi buồn chẳng đoái hoài phu thê

dòng sông dốc ngược lời thề
mang theo thống khổ xuôi về cõi tôi
con nước lớn... phận nổi trôi
dập dềnh ghe hận chèo thoi thóp chèo

mong sao trở lại kiếp nghèo
cùng nhau có được những bèo bọt yêu
hôm nay xin lỗi đủ điều
để ve vuốt giận xuống hiu hắt cùng

đường trần hai chữ thủy chung
em đi đường thủy... phá tung hoành dòng
chỉ tôi lẩn quẩn lòng vòng
chữ chung ôm mãi trong lòng khát khao!

tại tôi phá nát buồng cau
từ nơi phố thị bỏ ao quê nhà
lá trầu em cạo vôi ra
thôi thì xin lỗi... thi ca mượn lời!

## vòng quay sinh tử đợi chia ly mời!

ai vừa đánh mất thương yêu
lại đây ngồi với tôi hiu hắt cùng
cũng cùng một nỗi đau chung
thì hai ta cứ nằm đung đưa buồn

hai đầu võng mắc cội nguồn
treo tòn teng giữa mạch tuôn thành lời
kiếp sau trở lại làm người
xin cho tôi đứng giữa trời mà rao:

ai mua tôi bán niềm đau
không quên khuyến mãi một thau lệ đầy
kèm theo gói khổ bầy nhầy
tháng năm gặm nhấm từng ngày sầu trôi

kiếp này xin bán chính tôi
linh hồn một đóa đơn côi rất hời!
lại đây ngồi với tôi chơi
bày ra điên dại dở hơi cận kề

cùng nghe một chút tỉ tê
cộng thêm lút nhút nhớ thê thảm và
chia nhau từng khoảnh nhạt nhòa
từng vuông vức giận chẳng hòa thuận chung

nhân đôi cõi mộng không cùng
nửa đêm thức dậy mắt chùng chiêm bao
từ trong sắc thể tế bào
vết thương bật tiếng nghẹn ngào thịt da

cùng nhau đâm mắt mù lòa
hai thủy tinh thể cùng hòa bóng khuya
thế giới nằm ở bên kia
vòng quay sinh tử đợi chia ly mời!

# em về lượm cất nỉ non

chân em nhộn nhịp chân ngày
lòng ôm thanh tịnh tàn phai gọi mình
mỗi ngày mỗi một mới tinh
đi trên đường trải nỗi mênh mông buồn

phố đông lót sẵn vở tuồng
tròn vai cô độc giấu khuôn mặt cười
vườn hồng cất nhụy xinh tươi
từ lâu nụ héo biếng lười trổ hoa

nắng chưa nghiêng… nắng đổ già
tình chưa kịp trẻ vỡ òa lứa đôi
vòng ôm chưa trọn vòng môi
bàn tay chưa kịp đâm chồi nhớ thương

ngón lìa tám kẽ vấn vương
hơi yêu từng chạm thoảng hương phấn sầu
trời ơi! chiếc áo qua cầu
gió chưa kịp cởi sông sâu nhấn chìm

người đi tăm cá bóng chim
mây trời thăm thẳm lặng im biển tình
quanh thân sóng bọt vô hình
đánh vô bờ bãi thân hình mặn đau

em đi giữa phố ồn ào
chân theo thút thít lệ trào trực theo
gió luồn nức nở cùng reo
nhịp chồng lên nhịp… nhịp treo hững hờ

sau lưng quá khứ bụi mờ
nhưng không… trước mặt nhớ trơ trơ nhìn
cúi đầu muôn nẻo lặng thinh
làm sao quên được những tinh khôi còn

em về lượm cất nỉ non
vào trong gối chiếc héo hon vạt giường
trăng sao dỗ giấc miên trường
đêm chưa kịp ngủ đã nhường nắng mai!

## sao em
### ám ảnh đêm lòng vòng bay?

ta vừa tỉnh giấc chiêm bao
nửa đau đáu tiếc lẫn nao nao buồn
dưới còn đọng giọt hơi tuôn
trên mê đắm xuống lạnh khuôn mặt đờ

tay tròn nắm cái vẩn vơ
từ trong tâm thức em thơ thẩn vào
hương thơm phảng phất ngạt ngào
làn hơi da thịt chỗ nào cũng lan

giường cầm hơi ấm chuyền sang
chăn ra nệm gối còn loang vết nồng
ta và em chẳng vợ chồng
sao em ám ảnh đêm lòng vòng bay?

## tổ quốc - em

thu có khóc bằng lệ vàng giọt lá
chẳng bằng ta đau nhánh khổ cành dài
đường trần đợi dấu chân ai
phải chăng lót sẵn tình phai phôi chờ

ta theo từng hạt bụi mờ
tìm em lẫn tối đến tờ mờ sương
lần theo từng thoáng hơi hương
từng chưa năm cũ vết thương mỗi ngày

rừng thu đánh cắp hình hài
lòng ta ôm chiếc quan tài trăm năm
xin đời một nhánh rau răm
để cho cây cải về thăm chỗ nằm

*(gió đưa cây cải về trời
rau răm ở lại chịu đời đắng cay)*

# bán thịt buôn da ướp đọa đày

em đĩ chiều nay lại đứng đường
đứng hoài chẳng thấy một ai thương
đàn ông mấy kẻ chưa thèm hứng
đảo mắt đua nhìn chẳng vấn vương

em đĩ chiều ra đứng mỗi ngày
đứng nhìn những chiếc lá me bay
nhớ thời bút mực tay nghiêng nón
áo trắng học trò hoa bướm say

em đĩ chiều chiều núp gốc cây
phấn son che dấu những hao gầy
buồn vui cũng phải môi cười mỉm
bán thịt buôn da ướp đọa đày

em đĩ chiều nay bị đánh đòn
đánh từ nợ gốc đến đời con
đánh mềm thân thể bầm nhân phẩm
máu chảy theo dòng lệ héo hon

em đĩ chiều nay đến cúng dường
mấy tờ bạc lẻ đẫm phong sương
bàn tay Phật Tổ không màng đến
chỉ nhận riêng người thắp nén hương

em đĩ chiều nay nghỉ buổi chiều
sánh cùng vai mẹ bước thương yêu
mẹ từ quê tận xa lên chốn
thành thị thăm con chẳng biết nhiều

mẹ ngồi tựa cửa mắt buồn hiu
hàng xóm xôn xao chuyện Thúy Kiều
lầu xanh tiếp tục khai trương bán
mẹ khóc con mình, khóc hẩm hiu.

# CẢM NHẬN THƠ SỸ LIÊM

### Nguyễn Thành

Luận về thơ của Sỹ Liêm thì khó định là anh chuyên về đề tài nào, chữ nghĩa cứ bay nhảy biến hóa qua bàn tay gõ phím của anh, đang từ mảng thơ tình chơi vơi lãng mạn anh kéo người đọc trầm vào những cảm xúc ray rứt của những thân phận người phụ nữ trước giông bão cuộc đời, lột trần những mặt trái của tình yêu.

Đôi lúc anh lại đưa người đọc vào thế giới phồn thực với từ ngữ bứt phá mà không mất vẻ thanh tao, câu chữ cứ làm rạo rực những nỗi khát khao nguyên thủy...

Những rung động của tâm hồn thi sĩ cùng những tình cảm đối với đấng sinh thành thấm sâu vào dòng huyết quản qua những năm tháng đoạn trường bể dâu và thời cuộc, nên những chất chứa trong lòng bung ra đã làm thổn thức muôn vàn trái tim yêu thơ. Anh cũng đồng cảm cùng những cảnh đời xa xứ, những thân phận xót xa trước những hoàn cảnh nên chưa vẹn tròn chữ hiếu...

Anh cũng chia sẻ lời thơ cùng với những cảnh đời, những bất công trái ngang trong xã hội...

Tôi cũng như những độc giả đã từng đọc thơ của Sỹ Liêm đều có chung nhận xét "Sỹ Liêm là quái kiệt, là phù thủy của chữ nghĩa", Sỹ Liêm luôn tung hứng làm mới chữ nghĩa của mình, biến hóa tài tình nhưng vẫn trung thành với các thể thơ truyền thống, nhất là thể thơ lục bát trữ tình.

Từ đó, thơ của Sỹ Liêm đã định hình một phong cách khác biệt trong thi đàn thơ văn miền Nam nói riêng, trong nước và nước ngoài nói chung, được nhiều độc giả yêu thích, ủng hộ theo suốt một quá trình dài...

Sỹ Liêm luôn nhìn trực diện vấn đề không tránh né, nhưng không vì thế mà trong thơ văn của anh mất đi tính lãng mạn, bay bổng. Thơ anh vượt khỏi sự ràng buộc những điều đạo đức giả tạo, anh lột trần cuộc đời ở mọi ngóc ngách từ tình yêu, tình người, đến hiện thực xã hội, đau đáu với tình yêu đất nước, con người... cùng những câu từ giản dị mà không đơn giản vì qua ngòi viết của anh chữ nghĩa trở nên có hồn, cách dùng từ của anh khác biệt, sâu sắc, thâm thúy, đôi khi mang tính triết lý... khiến độc giả thuộc mọi tầng lớp từ giới bình dân đến trí thức, từ người công nhân lao động chân tay đến những nhà kinh doanh... đều thích thú khi đọc thơ của anh.

Anh luôn có cái nhìn cặn kẽ những gì chung quanh mình, từ điếu thuốc đang cháy dở, từ một món đồ cũ rích sắp sửa quẳng vào thùng rác, từng sự việc từ trong nhà cho đến ra ngoài xã hội, từ những thăng trầm của đất nước, từ những cách đối xử với nhau giữa người và người... rồi anh gắn hồn vào những gì anh nhìn thấy để bật thành những lời thơ tràn đầy cảm xúc, làm rung động độc giả.

Thơ anh thẳng và thật, dùng từ chuẩn xác đến từng câu chữ, cũng vì vậy mà một số người tôn sùng cái mực thước văn hóa bảo thủ giáo điều phủ kín cách suy nghĩ không thoát ra khỏi cái ranh giới mà người ta cứ đặt cái bảng hiệu chẳng biết có từ thời nào trên cái hàng rào với hai chữ to đùng "ĐẠO ĐỨC", vì vậy mà chữ nghĩa cứ luẩn quẩn sáo mòn không thể thoát ra khỏi cái giới hạn của cảm xúc…

Cách nay 29 năm anh đã có sự trăn trở sâu sắc về cuộc đời qua bài thơ **"ĐỪNG TƯỞNG"** đã từng gây bão mạng trong thời gian qua với triết lý được, thua, mất, còn, có, không… như triết lý "sắc sắc, không không" trong kinh Bát Nhã của nhà Phật.

*đừng tưởng cứ núi là cao*
*cứ sông là chảy, cứ ao là tù*
*đừng tưởng cứ dưới là ngu*
*cứ trên là giỏi, cứ "xu" là cầm*
*…*
*đừng tưởng cứ quét lá đa*
*là đời khổ cực can qua một thời…*

Anh trưởng thành trong một gia đình mà yêu thương bao trùm lên hết mọi người. Cha anh là một nhà văn nổi tiếng từ trước năm 1975, mẹ anh là một người phụ nữ dịu dàng, suốt cuộc đời hy sinh cho sự nghiệp văn chương của chồng, yêu thương con hết mực. Cái tình cảm ấy thấm sâu vào huyết quản anh nên dù đi đâu anh cũng luôn muốn trở lại là đứa trẻ trong vòng tay của cha mẹ mình.

*con xin Chúa một thỉnh cầu*
*ban cho phép lạ nhiệm mầu tái sinh*
*một lần nếu được hiển linh*
*trở về rún mẹ khép mình thai nhi!*

(Trích bài thơ ***"Viễn xứ"***)

Và trong dòng thơ tình luôn lắng đọng cảm xúc rồi vỡ òa, không rên xiết thảm thiết, mà nghe như tiếng vọng của con tim trước sự gầm thét của sóng biển đang vùi dập những nỗi lòng. Đặc biệt với bóng hồng của đời anh, anh đã có những lời tự tình khiến cho đến cả những loài hoa quyến rũ cũng phải ganh tỵ thầm.

*em thêm tuổi giữa ngàn hoa mới nở*
*ta ngậm lài thơm ngát quyện môi em*
*em thêm tuổi thêm đời ta mấy thuở*
*thuở của nghìn năm thuở đắm chìm*
(Trích bài thơ ***"Em thêm tuổi cho đời ta có lỗi"***)

Và còn rất nhiều cung bậc cảm xúc trải dài theo suốt tập thơ ***"THEO TA CHỮ NGHĨA LÊN TRỜI LÃNG DU"*** với nhiều tình cảm khác nhau, chắc chắn sẽ làm ta ngạc nhiên và bay bổng "lãng du" theo từng vần thơ của tác giả.

*(SÀI GÒN, tháng 9 năm 2015)*

# Mục Lục

| | |
|---|---|
| 1. *Lời tựa Du Tử Lê* | 07 |
| 2. *Cảm nhận Luân Hoán* | 12 |
| 3. *Cảm nhận Vy Thượng Ngã* | 16 |
| 4. thích làm con trẻ về nôi mẹ hiền! | 24 |
| 5. trần gian nhân thế một vòng tròn | 26 |
| 6. em đi một nỗi cong buồn | 27 |
| 7. vuông chiếu | 28 |
| 8. lòng tà | 29 |
| 9. em đi nhang khói mờ nhân ảnh | 30 |
| 10. vết thương thế hệ nằm bưng mủ | 32 |
| 11. em về trút bỏ xiêm y | 34 |
| 12. xin cho một chút hơi người | 35 |
| 13. em đi đời tắt lửa thiêng | 36 |
| 14. em đi tuần lễ bỗng buồn | 37 |
| 15. ôm | 38 |
| 16. cùng nhau lăn lóc lãng quên đời | 39 |
| 17. thưa em anh muốn đầu hàng | 40 |
| 18. vẽ | 42 |
| 19. nhớ thời con gái má hồng... mà đau! | 44 |
| 20. đời tôi như ngọn hải đăng | 46 |
| 21. cô đơn rất đỗi dịu dàng | 47 |
| 22. vô hình tướng | 48 |
| 23. tiếng còi gào thét tử sinh | 49 |
| 24. nghiêng | 50 |
| 25. đưa em thoát khỏi hình hài Nguyễn Du | 52 |
| 26. toòng teng treo giữa chiêm bao | 53 |

| | |
|---|---|
| 27. duyên nợ | 54 |
| 28. em thêm tuổi cho đời ta có lỗi | 57 |
| 29. mưa gào lòng cũng gào theo | 58 |
| 30. chết trong một chỗ khôn ngu cũng thèm | 59 |
| 31. theo ta về chỗ mười lăm tuổi ngồi | 60 |
| 32. tỉnh dậy giùm đi sỏi đá ơi | 62 |
| 33. xin da áo thịt nợ nần bám nhau | 65 |
| 34. mỗi thời mỗi một phiêu bồng khát khao | 66 |
| 35. mắt trao lát ớt cay thời mới yêu | 68 |
| 36. lên trời kiếm gặp Tố Như | 69 |
| 37. yêu thầm | 70 |
| 38. quay lại em | 72 |
| 39. cành nghiêng ngả nhánh em chao cánh chuyền | 74 |
| 40. cắn thêm miếng nhẹ đón chiều dung nhan | 76 |
| 41. xin đời tắt ngọn lửa thiêng | 78 |
| 42. sáu mươi năm một "hôm nay" mỗi ngày | 79 |
| 43. chỉ một lần thôi đủ vĩnh hằng | 82 |
| 44. không sao dỗ được hồn bình lặng – yên | 84 |
| 45. tương tư từ thuở tuổi đời chớm yêu | 86 |
| 46. từ tên điếm thúi cũng từ từ ngu | 88 |
| 47. thân ta đẫm máu đàn bà | 90 |
| 48. hồn theo chiếc lá xuân thì… rụng rơi | 91 |
| 49. chửi cha Bá Kiến - nói tao: Chí Phèo | 92 |
| 50. bà ba chiếc áo mẹ xuôi ngược về | 94 |
| 51. vết thương non | 96 |
| 52. lạc nguồn tâm kinh | 97 |
| 53. buồn em rũ xuống hai tà | 98 |
| 54. khóc… òa | 99 |

| | |
|---|---|
| 55. anh vẫn còn em ở cuối năm | 100 |
| 56. lộn vần | 101 |
| 57. hạt nhân từ tình | 102 |
| 58. hai lòng như một cánh cung | 104 |
| 59. riêng hai | 105 |
| 60. thèm kêu tiếng mẹ sinh sôi từng ngày | 106 |
| 61. ví dầu tình bậu muốn thôi | 108 |
| 62. em vần điệu hóa thi ca | 110 |
| 63. không dám | 112 |
| 64. Việt Nam mẹ góa lắm chồng... khổ con! | 114 |
| 65. ta về chuốt lại tấm thân! | 115 |
| 66. xác thân ngọt lịm trái cây bốn mùa! | 116 |
| 67. hồn ta ác quỷ, tâm sám hối! | 118 |
| 68. tìm em nối lại cuộc chơi suối vàng! | 119 |
| 69. luân hồi trở lại sống lừng lẫy hơn! | 122 |
| 70. em tung cánh nhạn bỏ bần cố nông | 124 |
| 71. em về bán lá diêu bông | 125 |
| 72. khát tình! | 126 |
| 73. khát khao | 127 |
| 74. em quay về tận hưởng nỗi cấu cào | 128 |
| 75. cuộc tình đã chít khăn tang! | 130 |
| 76. huyết lệ | 132 |
| 77. trái tim sẵn chỗ em ngồi | 133 |
| 78. ừ thui thủi sầu | 134 |
| 79. đêm khuya mắt liếc chỗ nằm! | 135 |
| 80. sợi dây tơ xiết nghẹn ngào! | 136 |
| 81. tôi ôm mặt khóc hỏi mình! | 137 |
| 82. buồn em anh đợi sầu về ngất ngư! | 138 |
| 83. cảo thơm lần giở bằng thừa! | 140 |

| | |
|---|---|
| 84. tưởng rằng mà lại té ra | 141 |
| 85. đêm nay phơi mảnh trăng tình đợi ai! | 142 |
| 86. đan tay xin chút nợ nần | 143 |
| 87. hạnh phúc chẳng có hình hài! | 144 |
| 88. âu ơ đạo đức ngậm ngùi! | 146 |
| 89. lần theo vết cũ về hôn mỗi ngày! | 148 |
| 90. quên đi mình đã ngũ tuần! | 150 |
| 91. lòng mưa chưa tạnh | 152 |
| 92. đường tình rừng thẳm núi cao! | 154 |
| 93. xin người giây phút lặng thinh! | 155 |
| 94. xác thân thất lạc hình hài! | 156 |
| 95. chắp tay xá lạy nữ thần! | 157 |
| 96. đi thật chậm sao thấy đời mệt mỏi? | 158 |
| 97. ta về phế hết võ công! | 159 |
| 98. nửa đời tình mãi u mê! | 160 |
| 99. quanh co | 161 |
| 100. mưa... tình | 162 |
| 101. trăm năm ôm ấp cận kề! | 163 |
| 102. mù khơi | 164 |
| 103. cuộc tình củ chuối! | 165 |
| 104. cắn câu lục bát buồn buồn! | 166 |
| 105. đợi | 167 |
| 106. buồn chưa | 168 |
| 107. hồn hoang lạnh lẽo cô sầu! | 169 |
| 108. mỗi lần hôn hít... buồn rầu cũng tiêu...! | 170 |
| 109. lần theo da thịt tự sờ soạng... vui | 172 |
| 110. viễn xứ | 173 |
| 111. cây xiên đâm mãi nằm cong nhớ người | 176 |
| 112. đừng tưởng | 177 |

| | |
|---|---|
| 113. còn sống... em bỏ chiêm bao... đách cần | 180 |
| 114. dấu huyền lặn ở nơi đâu | 182 |
| 115. xăm mình | 184 |
| 116. bao giờ uống ngủ cho say | 186 |
| 117. tạ ơn đời sống thưởng | 187 |
| 118. một chỗ Luân Hoán thi ca em ngồi | 188 |
| 119. em còn tự ái tôi mua | 190 |
| 120. vườn thơ mất dấu em thinh lặng vần | 192 |
| 121. làm tên nô dịch lấy công chuộc mình | 194 |
| 122. thưa em anh muốn đầu hàng | 196 |
| 123. nghiệp | 198 |
| 124. giác mê | 199 |
| 125. riêng em | 200 |
| 126. nấc cụt | 201 |
| 127. chỉ biết yêu và muốn được yêu | 202 |
| 128. thèm | 204 |
| 129. ru em từng giấc mộng dài... yên tâm | 206 |
| 130. anh vẫn còn em ở cuối năm | 208 |
| 131. tình theo lá bay xa | 209 |
| 132. bao giờ Chúa mới nghỉ ngơi | 210 |
| 133. thôi thì xin lỗi... thi ca mượn lời | 212 |
| 134. vòng quay sinh tử đợi chia ly mời! | 214 |
| 135. em về lượm cất nỉ non | 216 |
| 136. sao em ám ảnh đêm lòng vòng bay? | 218 |
| 137. tổ quốc – em | 219 |
| 138. bán thịt buôn da ướp đọa đày | 220 |
| 139. *Lời bạt Nguyễn Thành* | 222 |

Liên lạc Tác giả
**Sỹ Liêm**
syliem_ha@yahoo.com


Liên lạc Nhà xuất bản
**Nhân Ảnh**
han.le3359@gmail.com
(408) 722-5626

www.ingramcontent.com/pod-product-compliance
Lightning Source LLC
Chambersburg PA
CBHW052102280426
43673CB00069B/15